செவ்வானம்

வல்லிக்கண்ணன்

Title: Sevvanam

Author: Vallikannan

Language: Tamil

First Published on: 2001

Year of Publication: 2024

Book Format: Paperback

*Page Size: 6inch * 9inch*

Category: Fiction

Subject: Novel

No. of pages: 180

ISBN: 978-81-998258-2-6

Published by: Nilan Publishers, Madurai, Tamilnadu, India

பொருளடக்கம்

கதையைப் பற்றி

அன்பு உறவிலே பூத்த மலர் கன்னி குமுதம். ஆனால் அவளை "விபசாரத்தின் விளைவு" என்று குற்றம் சாட்டியது சமூகம். சமூகத்தின் குள்ள நரிகள் அவளை விபசாரத்திற்குரிய பொருளாக மதிக்கத் துடித்தனர்.

நேர்மையின் உருவம் அவள், நற்குணங்களின் மலர்ச்சி அவள் குமையும் உள்ளம், இருண்ட வாழ்வு. துணையில்லாத் தன்மை இவற்றால் துவண்ட பூங்கொடி அவள், புனிதையாக வாழ விரும்பியவள் அவள். ஆயினும் வாழ்க்கை வசதிகள் வஞ்சிக் கப்பட்டே வந்தன.

தனது வாழ்க்கையிலே தான் தீய்ந்து கருகிக் கொண்டிருந்தாலும், வாழ்க்கை வசதிகள் வஞ்சிக்கப்பெற்ற பிறருக்காக இரங்கும் அன்பு இதயம் படைத்தவன் தாமோதரன்.

சீறும் சிந்தனை, சிரிக்கும் பண்பு. வாழும் நம்பிக்கை கொண்ட இளைஞன் அவன்.

சாக வந்த குமுதத்தை வாழ விரும்பிய தாமோதரன் சந்தித்தான். அவன் பாதையில் அவள் குறுக்கிட நேர்ந்தது. அவ்வேளையில்தான் அவர்கள் வாழ்க்கையே கதைச்சுவை பெறத் தொடங்கியது. அவர்கள் வாழ்விலே புதியதோர் உதயத்தின் செவ்வானச் சிரிப்பு மிளிர்ந்தது.

குள்ள மனத்தினரின் நெடுமூச்சு பனிப்படலங்களாக புகையாமலில்லை. அப்புறம் நிகழ்ந்த உளப் பரிசோதனைகளும், சம்பவச் சிக்கல்களும் அதிகச் சுவை உள்ளவை.

எல்லாவற்றையும் உயிருள்ள தமிழில் எடுத்துச் சொல்லும் நவீனம்தான் செவ்வானம்.

ஆயினும், சகஜமாக எழுதப்பட்டு வருகிற சாதாரணக் காதல் கதை இல்லை இது. ஒரு யுவனின் ஒரு யுவதியின் காதல் உணர்வுகளை சுவையாக சித்திரிக்க வேண்டும் என்ற நோக்கத்துடன் எழுதப்பட்டதில்லை 'செவ்வானம்' நவீனம்.

மனித வாழ்க்கையில், சமூகத்தில், நாட்டில் மண்டி வளர்கிற முரண்பாடுகளையும் போலித்தனங்களையும் சுட்டிக்காட்டி, படிப்பவர்களின் சிந்தனையில் சூடேற்ற வேண்டும் என்ற எண்ணத்துடனேயே எழுதப்பட்ட நாவல் இது.

தன்னை, தனது நலன்களை, வசதிக் குறைவுகளைப் பற்றிக் கவலைப்படுவதை விட்டு விட்டு, மனித வர்க்கம் சமுதாய நிலை, உலகம் போகிற போக்கு. பணம் படைத்தவர்களின் செயல்பாடுகள், வாழ்க்கை வசதிகள் வஞ்சிக்கப் பட்டிருப்பவர்களின் தினசரி வேதனைகள் இவற்றை யெல்லாம் பற்றி எண்ணி எண்ணிக் குமைகிற ஒருவனின் - சிந்திக்கத் தெரிந்த ஒரு சாதாரணனின் - எண்ணங்களை, மனக் குமுறல்களை வெளிப்படுத்துவதற்காக உருவாக்கப்பட்டவன் தாமோதரன்.

அவனுக்கு, வாழ்க்கையிடமும், பலரது வாழ்வைப் பாழாக்கித் தாம் வாழ வழி வகுத்துக் கொள்கிற சிலர் போக்கிலும், சரியாக வாழ இன்னும் கற்றுக்கொள்ளாத மனிதரிடமும் வெறுப்பும் கோபமும் எழுகிறது. கலை, மதம், அரசியல், சமூக சேவை என்ற மயக்குப் போர்வைகளைப் போர்த்திக்கொண்டு, தன்னலத்தோடு - தனது மற்றும் தன்னைச் சார்ந்தவர்களது வாழ்க்கையை வளமுள்ளதாக்கிப் படாடோப வாழ்க்கை வாழ்ந்து கொண்டிருப்பவர்கள் மீது அவனுக்கு ஆத்திரமும் கோபமும் உண்டாகின்றன.

அவற்றை எல்லாம் அம்பலப்படுத்த - எதிர்த்துப் போராட - ஆசைப்படுகிற அவனால் உணர்ச்சிகரமாக, சூடாக, பேசவும் எழுதவும் தான் முடியும். எதிர்ப்புகளையும் பிறரது மனக்கசப்புகளையும் பொருட்படுத்தாது அதைத் தொடர்ந்து

செய்கிறான் அவன் அவனது சிந்தனைகளை 'செவ்வானம்' வெளிப்படுத்துகிறது

சமூகத்தின் பல சிக்கல்களுக்கு கலப்புத் திருமணம், தாலி கட்டிக் கொள்ளாமலே ஆணும் பெண்ணும் இணைந்து குடும்ப வாழ்வு நடத்துவது போன்ற செயல்முறைகள் நல்ல வழி வகுக்கும் என்று வலியுறுத்தப்படுகிறது. மக்களின் அறிவு வளர்ச்சி பெறாத சமுதாயத்தில், சிந்தனைத் தெளிவும் விசால மனோபாவமும் பெற்றிராத மனிதர்கள் மத்தியில், இத்தகைய பரிகாரங்கள் உரிய பலனைப் பெற்றுத் தருவதில்லை; புதிய புதிய பிரச்னைகளை உற்பத்தி செய்கின்றன.

அப்படி வாழத் துணிகிறவர்கள் அவர்களது வாழ்க்கையை சந்தோஷமாக வாழ வாய்ப்புகள் கிட்டினாலும், அவர்களுக்குப் பிறகு அவர்களது பிள்ளைகள் - முக்கியமாகப் பெண் குழந்தைகள் - தற்கால சமூகத்தில் ஏகப்பட்ட சிரமங்களையும் தொல்லைகளையும் எதிர்கொள்ள வேண்டியிருக்கிறது. அவற்றை குமுதம் என்கிற பாத்திரத்தின் வாயிலாக எடுத்துக் காட்டுகிறது 'செவ்வானம்'

பண ஆசையும் புகழாசையும் அநேகரைப் பெரிதும் ஆட்டிப் படைக்கின்றன. பணபலம் பெற்றவர்கள் புகழ் மோகத்தினால் என்னவெல்லாமோ செய்ய முற்படுகிறார்கள். அப்படிப் பட்டவர்களின் போக்குகளையும கல்யாண குணங்களையும் 'செவ்வானம்' சுவாரசியமாகப் படம்பிடித்துக் காட்டுகிறது.

வாழ்க்கை நாடகத்தில் விதம்விதமான மனிதர்கள் நடமாடுகிறார்கள் அவர்களது அன்றாடச் செயல்கள் கூட நாடகத்தனம் பெற்று எண்ணி நகைப்பதற்குரிய வேடிக்கைகளாக அமைந்து காணப்படுகின்றன. அவ்வித வேடிக்கை மனிதர்களின் விந்தை இயல்புகளையும் 'செவ்வானம்' எடுத்துச் சொல்கிறது.

இவற்றிடையே, வாழ விரும்புகிற ஆயினும் வாழமுடியாத நிலையில் இருக்கிற - நேர்மை, நீதி நியாயம், உண்மை,

மனிதத் தன்மையின் மேன்மை முதலிய உயர் பண்புகளைப் போற்றி வளர்க்கிற இரண்டு பேரின், யுவன் யுவதியின், சந்திப்புகளும் உரையாடல்களும், மனக்குமைதல்களும் ஏக்கங்களும், வகை செய்வதை ரசமாக வர்ணிக்கிறது 'செவ்வானம்.'

உள்ளத்தில் உறுதியும், உழைப்பில் பற்றுதலும், குன்றாத தன்னம்பிக்கையும் உடையவர்கள் வாழ்க்கையை வெற்றிகரமாக அமைத்து அமைதியும் ஆனந்தமும் காணமுடியும் என்பதை வலியுறுத்துகிறது 'செவ்வானம்'.

வல்லிக்கண்ணன்

செவ்வானம்

1

இன்னும் விடியவில்லை.

விடிவதற்கு எவ்வளவோ நேரமிருந்தது. அப்பொழுது இரவிலே இரண்டரை மணி

அந்த அறையிலே ஒளியில்லை. ஒளி புகுத்த முனைந்து கொண்டிருந்த விளக்கிலே உயிரில்லை. உயிரூட்டும் ஜீவசத்தான எண்ணெயில்லை.

'அரிக்கன் லாம்பு' அது. அதைச் சுற்றிப் படர்ந்திருந்த ஒளி வட்டத்தின் வியாபகம் குறுகிக்கொண்டே வந்தது. இருட்டு ஒளியை விரட்டிக் கொண்டிருந்தது. வெற்றிகரமாக வாபஸ் வாங்கும் நவயுகப் படைவீரர் போல் ஒளி விளக்கினுள் அடைக்கலம் புகுந்து, 'சிம்னி'க்குள் ஒடுங்கி, திரியினுள்ளேயே குவிந்துவிட்டது. சாவை எதிர்த்துப் புரட்சி செய்வதுபோல 'டுபுக்' 'டுபுக்' என்று குதித்தது உணர்வுடன் தலை தூக்க முயலும் தொழிலாளி வர்க்கத்தைப் பட்டினி போட்டே வலுவிழந்து போகும்படி செய்ய விரும்பும் முதலாளித் தனம் மாதிரி, பேயிருள் ஒளியைத் தன் பெருவயிற்றுள் ஐக்கிய மாக்கிக் கொண்டது.

எங்கும் இருட்டு, வெளியுலகிலும் இருட்டேதான்.

ஒளிக்கும் இருளுக்கும் நிகழ்ந்த போராட்டத்தைக் கவனித்தபடி நாற்காலியிலே விழுந்துகிடந்த தாமோதரன் நெடுமூச்செறிந்தான்.

'வாழ்விலே ஒளியில்லை. வளமில்லை. இன்பமில்லை அறியாமை அந்தகார ஆட்சி புரிகிற காலத்திலே மடத்தனத்தைக் கொலுவிருக்கச் செய்து எண்ணற்றோர்

விழுந்து கும்பிடுவதில் வியப்பேயில்லை. உணவுக்கு வழியில்லை. உல்லாசத்துக்கோ குறைவில்லை. உடுக்க வகையில்லை. பகட்டுதல்கள் ஒடுங்கு வதாயில்லை குடியிருக்க வீடில்லை. ஆனால் கலாமண்டபங்கள், சினிமாத் தியேட்டர்கள் முதலிய போகப் பெருநிலையங்களுக்கு ஒரு குறையுமில்லை'

அவன் உள்ளம் குமைந்தது. இப்போதுகூட அவன் சிந்தனை சீறியது. சிலமணி நேரங்களுக்கு முன்பு அவன் உள்ளம் எரிமலையாகியிருந்தது. அவன் உணர்வு படபடத்தது. ஒருவர் குறிப்பிட்டதுபோல - 'அவன் வார்த்தைகளைப் பேசவா செய்தான்! கொதிக்கும் இருப்புச் சட்டியிலே சொற்களை உருட்டி எடுத்து அனற் துண்டுகளாகக் கொட்டினான்!'

மற்றவர்கள் 'பைத்தியம்' என்று எண்ணியிருப்பார்கள். 'பிழைக்கத் தெரியாதவன்' என்று சிரித்திருக்கும் உலகானுபவம். சுயநலம் கெக்கலிக்கும் 'உருப்பட முடியாதவன்' என்று இச்சகம் நகையாடும் 'இனிக்கும் வார்த்தைகள் பேசிப் பெரியவர்கள் தயவைச் சம்பாதிக்கத் தெரியாத பேதை' என்று பெரியதனம் பரிகசிக்கும் 'பித்தன், அசடு, முட்டாள்' என்று.

அதை எண்ண அவன் ஆத்திரம் அதிகரித்தது. 'யாரடா மடையன்? மக்களை மடையர்களாக வாழவைக்கும் உங்களைப் போன்ற எத்தர் பரம்பரைதான் அடிமடத்தனத்தின் ஆழத்திலே ஊறிக் கிடக்கிறது!' என்று கத்த வேண்டும்போல தோன்றியது! கத்தி என்ன பிரயோசனம்? நாலு சுவர்கள்தான் கேட்டு நிற்கும்.

'இந்தச் சுவர்களுக்கும் அந்தப் பிரகிருதிகளுக்கும் வித்தியாச மில்லைதான், தலையாட்டும் பொம்மைகள்! கை கொட்டும் மரப்பாச்சிகள்! மடச்சாம்பிராணிகள்!' என்று முனங்கினான் அவன்.

அவன் அறிவிலே அதிர்ச்சி ஏற்பட்டு, அவனுக்குப் பைத்தியமே பிடித்துவிடும் போலிருந்தது.

'பைத்தியமாகத்தான் ஆக்கி விடுவார்கள்! அப்பொழுது, அந்த மேடையில் நிற்கும்போது எனக்கு வெறி பிடித்துவிட்டது மாதிரித்தான்...'

ஆமாம். வெறிபிடித்தவன் போல்தான் பேசினான் தாமோதரன் சூழ்நிலை மறந்துவிட்டான். உணர்ச்சி, எண்ணங்களை உந்தித்தள்ள வார்த்தைகள் பேச்சு வேகத்திலே தெளிவற்றுப் புரள்வதுபோல் உதிர, அவன் பேசினான்.

'அந்தகாரச் சாயைகள்போல் வந்து. கர்ப்பக்கிரக இருள் முன்னின்று எனக்கு மோட்சம், எனக்கு மோட்சம் என்று தலைகவிழ்த்து முணு முணுத்தார்கள் உங்கள் மூதாதையர்கள் உங்கள் இனத்தினரோ ஓட்டுப்பெட்டி முன் பணிந்து நின்று எனக்குப் பதவி, எனக்குப் பதவி என்று பிரார்த்தனை புரிகிறார்கள். பூசாரிகளை விழுந்து கும்பிட்டார்கள் உங்கள் முன்னோர். நீங்களோ அரசியல் தலைவர்களைக் கடவுளாக்கிக் கண்மூடி பக்தி செய்கிறீர்கள். என்னைக் கும்பிடாதே; நான் சொன்னதைச் செய் என்றான் உங்கள் தலைவன். நீங்களோ நீ சொன்னது காற்றோடு போகும்; உன்னையே நாங்கள் கும்பிடுவோம் என்று சிலை செய்து விட்டீர்கள். மதம் உங்கள் விரோதி என்றான் ஒரு தலைவன். நீங்களோ ஒன்பது மதங்களை ஏற்றுத் தடுமாறுகிறீர்கள். அரசியல் ஒரு மதம், பதவி மோகமும், பண ஆசையும் உங்கள் மதங்கள். அறியாமையும் ஆணவமும்...

எதிரே ஒற்றைக்குரல் ஒன்று வெடித்துச் சிதறியது போல் தொனித்தது ஜன்னிவேகத்திலே சொற்களைக் கொட்டுகிறவன்போல் பேசி நின்ற தாமோதரன் உடல் பதறியது. அவன் எதிரே பார்த்தான்.

இருள். இருள் மயமாகத்தான் தோன்றியது. ஆனால் அங்கு இருள்தானா கவிந்து கிடந்தது? இல்லை. சமுதாயம்,சமுதாயம் என்கிறார்களே அது ஒரு உருவமற்ற தொகுப்பு. அதன் சிறு பிரதிபலிப்புதான் தனி உருவற்ற திரளாய் அங்கு மோன நிலையில் சோம்பியிருப்பதுபோல் தோன்றியது அவனுக்கு.

உணர்வற்ற, உயிரற்ற ஆனால் உணர்வும் உயிர்ப்பும் உள்ளார்ந்து கிடக்கிற ஒரு பெரிய மிருகப்பண்பு செயலற்று இருப்பது போல் தோன்றியது அங்கே முணு முணுப்பு பிறந்தது. அசைவு, கிளர்ச்சி, உயிர்க்கனல் வெடித்தது திடீரென்று அருவமாய்க் கிடந்த ஒன்று விழித்தெழுந்து பூதாகாரமாய் முன்னின்று உறுமியதுபோல் ஓர் ஒலி சடசடத்தது. கரகோஷம், சிறு சிரிப்பு பிறந்தது ஒரு மூலையில்.

அர்த்தமற்ற பயம் ஒன்று தாமோதரன் இதயத்தைக் கவ்வியது. தூங்கிக்கிடந்த துஷ்ட மிருகத்தை உதைத்து எழுப்பி விட்டோமோ என்ற கலவரம். அவனுக்கு எண்ணம் ஓடவில்லை. உதடுகள் துடித்தன, பேசவேண்டும். பேசி முடிக்க வேண்டும். அவன் கத்தினான்.

'எல்லாம் அர்த்தமற்றது என்று சொல்கிறேன். ஒரு சிலரின் சுயநல அஸ்திவாரத்தின்மீது எழுப்பப்படும் பகட்டு மாளிகைகள் இவை உங்களுக்கு இன்று கலை தேவையில்லை. கஞ்சாக் கவிதைகள் தேவையில்லை. நீங்கள் வாழ்வில் வஞ்சிக்கப் பட்டிருப்பதை நீங்கள் உணரக்கூடாது என்று விரும்புகிறவர்கள் உங்களுக்கு போதை தரும் லாகிரிகளாகப் பயன்படுத்தும் சரக்குகள் அவை. சிலையும் ஓவியமும் நாடகமும் சினிமாவும் போதைப் பொருள்களே தான் இன்றைய நிலையிலே இன்று இதோ ஒரு கலாமண்டபத்தைத் திறந்து விட்டார்கள் உண்மையில் இது உங்கள் ரத்தத்தை உறிஞ்சப் போகிற, உங்கள் உழைப்பின் பயனைச் சுரண்டப் போகிற காளான் மாளிகைதான். இதிலே கொட்டிய பணத்தை எண்ணற்ற வீடுகள் கட்டப் பயன்படுத்தியிருக்கலாம். இங்கே வீணாக்குகிற மின் சக்தியால் எண்ணிலா வீடுகளிலே ஒளிபுகுத்த வசதி செய்திருக்கலாம்...

இருட்டிலே கிடந்த தாமோதரன் பெருமூச்செறிந்தான். அந்தக் கூட்டத்திலிருந்து அவன் உயிரோடு தப்பி வந்தது பெரும்பாடாயிற்று. அன்றுதான் கந்தர்வ கலாமண்டபம் திறப்பு விழா இனி அங்கு நாட்டியம் கூத்தாடும். சங்கீதம்

ஆட்சி செய்யும். நாடகம் ஆடி அசையும். சினிமாகூட நிழலாட்டம் போடும் ஓவியம் கொலு விருக்கும். விசேஷக் கண்காட்சிகளாக! அனைத்திற்கும் பயன்படக்கூடிய புதுரகக் கலாமண்டபம் அது.

அதை நிர்மாணித்த செல்வரைப் பாராட்டினார்கள். புகழ் பாடினார்கள். அரசியல் பிரமுகரான அவரே வரும் தேர்தலில் நாட்டின் தந்தையாக வெற்றி பெறவேண்டும் என வாழ்த்தினார்கள். எத்தனையோ பேர் புகழ்ந்தார்கள். அங்கு இருந்த அவனையும் பேசச் சொன்னார்கள். அவன் பேசினான். அது அவர்களுக்குப் பிடிக்கவில்லை.

எப்படிப் பிடிக்கும்? உண்மை என்றாவது சம்பந்தப் பட்டவர்களின் வரவேற்பைப் பெற்றது உண்டா?

தாமோதரன் இருண்ட அறையில் இருந்தான். கூட்டம் முடிந்து வந்ததிலிருந்து அவனுக்கு உறக்கமே வரவில்லை. அவன் எண்ணக் கொதிப்பு அடங்கவேயில்லை. படிக்கலாமென்று எண்ணினான். ஓடவில்லை. அத்துடன் விளக்கிலே எண்ணெயுமில்லை என்று புரிந்தது. பின் ஒளி அணைந்தே விட்டது. அவன் மன உளைச்சல்தான் ஒடுங்கவில்லை.

மணி மூன்றிருக்கும். குளிர் உருவமற்ற பூச்சிபோல் ஊர்ந்து வந்தது. எங்கும் நெளிந்தது. அதன் ஸ்பரிசம் பெற்று அவன் உடல் சிலிர்த்தது. அவன் உள்ளம்கூடச் சிலிர்த்தது, வெளியே கேட்ட அரவத்தினால் 'சரட் சர் சரட்' மெதுவாக நடக்கும் காலடி ஓசை. சரசரப்பு, மௌனம், மீண்டும் ஓசை.

அது யாராக இருக்க முடியும்? அவன் இதயத் துடிப்பு அதிகரித்தது.

2

இருளில் தனி அறையில் தூக்கம் வராமல், பலவாறு எண்ணிக் கொண்டிருந்த தாமோதரன் காதுகள் வெளியே எழுந்த காலடி ஓசையைத் தெளிவாகக் கேட்டன. அவனது எண்ணக் குழப்பம் அதிகரித்தது. அங்கே அந்நேரத்தில் - இரவு மூன்று மணிக்கு - சர்வ ஜாக்கிரதையோடு அசைவதுபோல் நின்று நின்று நடப்பது தனக்கு தீங்கு செய்ய வந்த எவனாகவேனும் தானிருக்க வேண்டும் என்று எண்ணினான் அவன்.

அவன் அப்படி நினைக்க இடமுண்டு. பொதுவாகவே தாமோதரன் பேரில் அநாவசியமான வெறுப்பு ஏற்பட்டிருந்தது அந்த வட்டாரத்தில். காரணமென்று எதையும் தனியாகக் குறிப்பிட முடியாது வேண்டாதவர்கள் நோக்கிலே அவனுடைய ஒவ்வொரு சொல்லும் எல்லாச் செயல்களும் விரோதமானவையாகவே தென்படும். திட்டமில்லா விடிலும், அர்த்தமில்லையெனினும், காரண காரியத் தொடர்புகளின் விளக்கம் புரியாமல் போயினும், அப்பனும் பாட்டனும் முன்னுள்ளோரும் செய்து வந்தவை என்பதற்காகவே எத்தனையோ பண்புகளை விடாப்பிடியாகப் பற்றிக் கொண்டிருப்ப வர்களே நிறைந்துள்ள மனித வர்க்கத்திலே சுயமாகச் சிந்தித்து தன் இஷ்டம் போல் செயல் புரிகிறவர்கள் வெறுப்புக்கு ஆளாக வேண்டியவர்கள்தான்.

பலர் கவனத்தையும் கவரும்படி காரியங்கள் செய்கிறவன் சுலபமாகப் பிறரது வெறுப்பு. போட்டி, பொறாமைகளுக்கும் இலக்காகக் கூடியவன்தான். தங்களைவிட்டு விலகிப் போகிறவன் உயர்ந்து விட்டால் பக்தி பண்ணி பஜனை பாடிக் கும்பிடத் தயாராக இருக்கிற மனித சமுதாயம். அவன் கொஞ்சம் தவறினாலும் அவனைக் கீழே இழுத்துத் தள்ளி அடியோடு அமுக்கி மிதித்து நாசமாக்கிவிடக் காத்திருக்கிறது. சமுதாயம் வெறி மிருகம்தான்.

தாமோதரன் மிகவும் உயர்வு எய்திவிட்டவனல்ல. சாதாரண மனிதன் சாதாரண மனிதர்களிடையிலே ஒரு தனியன். தனக்கெனத் தனிக் கொள்கைகள் வகுத்துக் கொண்டவன். விசித்திரப் பிறவி என்றுதான் தோன்றும் அவனைக் கவனிக்கிறவர்களுக்கு எதைப் பற்றியும் தனக்குச் சரியென்று தோன்றியதைத் தயங்காமல் சொல்லும் துணிவை வளர்த்து வாழ்கிறவன் அவன்.

'இப்படி ஏன் செய்கிறாய்? நாலுபேரிடம் நல்லவன் என்று பெயர் வாங்குவதுதான் நல்லது. அதை விட்டு விட்டு நீ எல்லோரிடமும் ஏன் வெறுப்பைச் சம்பாதித்துக் கொள்கிறாய்?' என்று ஒரு நண்பர் ஒரு சமயம் அவனிடம் கேட்டார்.

அவன் சிரித்தான். 'கொழுக்கட்டையைக் கொழுக்கட்டை என்றுதான் சொல்ல முடியுமே தவிர, குஞ்சாலாடு என அழைக்க முடியுமா? கொழுக்கட்டை செய்தவரின் தயவைப் பெறுவதற்காக ஒரு சிலர் அதை மறுபெயரால் அழைத்தாலும்கூட, அது குஞ்சாலாடாகவோ குளாப்ஜானாகவோ மாறிவிடுமா!' என்று கூறி மேலும் சிரித்தான்.

சிரிக்கத் தெரிந்த தாமோதரன் அடிக்கடி சிதறும் கருத்துகள் பிறர் இதயத்தில் குத்தும் கிண்டல்களாக விளங்கும் மற்றவர்கள் என்ன நினைப்பார்கள் அல்லது சொல்வார்கள் என்று எண்ணிப் பார்த்துத் தன் கருத்தை அறிவிக்கும் வழக்கமே கிடையாது அவனிடம். இதனாலும் அவன் எத்தனையோ பேர்களின் பகைமையைச் சம்பாதிக்க நேர்ந்துள்ளது.

தாமோதரனைச் சந்திக்க வந்த சிலர் அவனது அறையை மேலும் கீழும் பார்த்தனர். வெள்ளை வெளேரென விளங்கிய சுவர்களைக் கவனித்தனர். சுவர்கள் வெறுமனே கிடந்தால் அழகாயிராது என்ற கருத்துடைய ஒருவர் கேட்டார். 'என்ன

தாமோதரன் சுவரில் ஏதாவது படங்கள் தொங்கவிடக் கூடாது?' என்று.

'என்ன படங்களைப் போடுவது!' என்று இழுத்தான் அவன்.

'படங்களுக்கா குறைச்சல்? தலைவர்கள் படங்கள்' என்று பேச்செடுத்தவர் முடிக்கவேயில்லை. அதற்குள் தாமோதரன் கத்தினான். 'எனக்குத் தலைவர்களே கிடையாது. அப்புறமல்லவா அவர்கள் படங்களைத் தேடுவது பற்றி யோசிக்க வேண்டும்!' என்று.

'நீரே தலைவராக விரும்புகிறீர்போலிருக்கு?' என்றார் ஒருவர்

'நான் எதற்காகத் தலைவராகவேண்டும்? தலைவன் என்பவன் ஆயிரமாயிரம் மக்களை ஆட்டிவைக்கும் சக்தியாவதுமுண்டு. சுற்றியுள்ள ஒரு சிலரால் ஆட்டிவைக்கப்படும் பொம்மையாக மாறி விடுவதும் உண்டு தலைவன் மக்களின் வழிகாட்டியாவதுமுண்டு; மக்களின் சுமையாக மாறி விடுவதும் உண்டு. தலைவன் சமுதாயத்தின் நல்லவனாகத் திகழ்வதுமுண்டு நாசகாரியாக விளங்குவதும் உண்டு. நான் தலைவனாக விரும்புவதுமில்லை. தலைவனுக்கு அடிபணிய அவாவுவதும் இல்லை' என்று அழுத்தமாகக் கூறினான்.

இதனால் ஆத்திரமடைந்த ஒருவர் 'உங்களுக்குப் புகழ்பாட ஒருவரும் சேராததனால்தான் இப்படிப் பேசுகிறீர்கள் போலும்' என்றார். அவன் சிரித்தான்.

'ஹஹஹ்! புகழ்! உமது காரியத்தைச் சாதித்துக் கொள்வதற்காக உமக்குப் பணச்செலவு ஏற்படாத வகையில் நீர் தாராளமாக அள்ளி வழங்கும் கைக்கூலி - இல்லை, வாய்க்கரிசி தானே புகழ்? அதை உம்மால் மறுக்க முடியுமா?' என்று கேட்டு மற்றவரை வாயடைக்கச் செய்தான்

தாமோதரன் ஒரு மேதை என்றார்கள் சிலர். 'இல்லை, அவன் முட்டாளேதான் என்று அடித்துச் சொன்னார்கள் பலர். அவன் சிந்திக்கத் தெரிந்தவன் என்பது சிலரது கருத்து. 'இருக்கலாம்.

ஆனால் உருப்படத் தெரியாதவன்' என்பது பலரது அபிப்பிராயம். எனினும் அவனுக்குப் பெயர் வந்து சேர்ந்து கொண்டிருந்தது.

அதைப் பற்றிக்கூட தாமோதரன் தயங்காமல் சொல்லுவான். இந்த உலகத்திலே எவன்தான் பெயர் பெற முடியாது? நடுத்தெருவிலே நின்று பைத்தியமாகக் கத்தினாலும், திடீரெனப் பேயாட்டம் போட்டாலும்கூடப் பேர் வரத்தான்செய்யும். கூரை மீதிருந்து குதியும்; அல்லது கோபுரத்து மேலே நின்று டான்ஸ் பண்ணும். நீர்கூடச் சுலபமாகப் பேர் பெற்றுவிடலாம்!'

ஆகவே, தாமோதரன் ஸ்டன்ட் வேலைகளில் வேண்டுமென்றே ஈடுபடுவதாக ஓர் அபிப்பிராயம் பரவி வந்ததிலும் வியப்பில்லை.

ஆனால் தன்னைப்பற்றி எந்தவித அபிப்பிராயம் பரவுவதையும் அவன் சட்டை செய்வதில்லை. வாழ்க்கை அர்த்தமற்றது என்று சொல்லிப் போயிருக்கிறார்கள். அப்படியானால் அர்த்தமில்லாத வாழ்விலே அர்த்தமுள்ள காரியங்களை மட்டுமே செய்துகொண்டி ருப்பதில் ஏதாவது அர்த்தமுண்டா?' இப்படி அவன் பேசத் தொடங்கினால், அவனிடம் ஏன் பேச்சுக் கொடுத்தோம் என்றாகி விடும். அப்புறம் அவனை கண்டாலும் விலகி நடக்கவே தோன்றும்.

தாமோதரன் அதையே பெரிதும் விரும்பினான். 'என் காரியங்களைக் கவனிக்கவே எனக்கு நேரமில்லை. பின் நான் ஏன் வீணாக மற்றவர்கள் காரியத்திலே தலையிட்டுக் குட்டை குழப்பி நானும் கெட்டுப் போக வேண்டும்?' என்பது அவன் பாலிஸிகளில் ஒன்று.

'நீர் உலகத்தைச் சீர்திருத்தப் போகிறீரோ?' என்று யாராவது எக்காளம் பேசினால், 'உம்மைப் போன்றவர்கள் வாழும் இந்த உலகம் சீர்திருந்தவா போகுது? அதுக்கு ஒன்றே ஒன்றுதான் தேவை. குடமுடைத்துக் கொள்ளி வைக்க வேண்டிய

கைங்கர்யம்தான்!' என்று சூடுகொடுப்பான். அவனை யாராவது ஆதரிக்க முடியுமா என்ன?

தாமோதரன் எழுத்தாளனாக விரும்பி உழைத்தான். சாதாரண நிலையிலிருந்து முன்னுக்குவர, அவனுக்குத் துணை நின்றன குன்றாத ஆர்வம், குறையாத தன்னம்பிக்கை, ஓயாத உழைப்பு, தேயாத திறமை முதலிய பண்புகள். அவன் பிரசங்கியாக விரும்பவில்லை. ஆனால் சந்தர்ப்பங்கள் அவனைப் பேச்சாளனாக மாற்றிவிட்டன.

அவன் எரிக்கும் எண்ணங்களின் பிறப்பிடம். கொதிக்கும் உணர்ச்சி. குமுறும் தீ மலை. வாழ்வின் சிறுமைகளைக் கண்டு சீறிச் சீறிச் சிரிக்கக் கற்றுக் கொண்டவன் அவன். அவனது அறிவு அனல் நிறைந்த கருத்தகமாக மின்னியது. அவன் உள்ளம் உண்மைக்காக, உரிமைக்காக, மனிதப்பண்புகளின் உயர்வுக்காக உணர்வுகள் துடிக்கும் அரங்கமாயிற்று. அங்கே உண்மை ஒளியும் உயிர்ப்பும் மிளிர்ந்தன.

தொழில் துறையிலுள்ள மற்றவர்கள் அவனை எண்ணிப் புகைந்தார்கள் அவன் செயலைக் கரித்தார்கள். மக்கள் அவன் கருத்துக்களை வரவேற்றார்கள். ஊருக்கு நல்லது சொல்பவன் அவன்; உயிர்க்குல உயர்வுக்கு ஏற்றதை எண்ணுபவன். அவன் சொல்லிலே தீ மின்னலாம். எனினும் சிந்தையில் தீய நினைவு இல்லாதவன் என உணர முடிந்தது அவர்களால்.

அவன் எண்ணங்கள் தீ,தீ,தீயேயாகும். அவற்றினால் வடுப்பட்டவர்கள் வாளாயிருக்க முடியுமா? அவனை ஒடுக்கிவிட முயன்றார்கள். ஒழித்துக்கட்டிவிட வேண்டியதுதான் என்று தீவிரவாதம் பேசியவர்களும் உண்டு.

பெரிய இவன் இந்தப் பய! உண்மையின் கைத் தீவிட்டியே இவன்தான் போலிருக்கு அறிவுப் பிழம்பு! இவன்தான் மனிதன்; மற்றவங்களெல்லாம் வேறே பிறவிகள் என்ற நினைப்பிலேதான் பேசுறது அரசியல், கலை, இலக்கியம், சமூகம், வீடு, காடு,கோயில், ஹோட்டல், நாடு, உலகம் எதையெடுத்தாலும் தடித்தனமாக ஓங்கியடிக்கிறது. அப்படி

அடிச்சுப்பேசினால் சுலபமாகப் பேரு வந்துவிடும் என்பதைப் பிள்ளையாண்டான் தெரிந்து வைத்திருக் கிறான். தறுதலை. இவனை இப்படியே வளரவிடப்படாது' என்று செல்வர் புன்னைவன நாதர் சீறுவது உண்டு. அவருக்குத் தூபம் போடும் தலையாட்டிகளும் பக்கபாட்டுப் பாடுவது உண்டு. என்றேனும் அவர்கள் சொல் ஏதாவது உருவிலே வந்து தன்னைத் தாக்கலாம் என்பது தாமோதரனுக்கும் தெரிந்த விஷயம்தான்.

அதிலும் அன்று செல்வர் புன்னைவனத்தின் பிரமாத விளம்பரத் திருப்பணியாகிய கந்தர்வ கலா மண்டபத் திறப்புவிழாவின் போது அவன் தெறித்த தீப்பொறிகளுக்காக உடனேயே அவனுக்குப் பாடம் கற்பிக்கச் செல்வரோ அல்லது அவரது தலையாட்டிகளோ கைகாட்டிகளோ துணிவதும் இயல்பே.

வெளியே காலடிச் சப்தம் தெளிவாகக் கேட்டது. தொடர்ந்து யாரோதயங்கித் தயங்கி நடப்பதுபோல் பட்டது அவனுக்கு. கதவைத் திறந்து யாரென்று கவனிக்கலாமா? எவனாவது முரடனாக இருந்தால்? ஒருவருக்கு அதிகமான நபர்களாகயிருப்பின்? ஒருவனாகவே இருந்தாலும், கையில் கத்தி அல்லது அரிவாள் அல்லது தடி அல்லது...

தாமோதரனின் மனப்புரி கட்டவிழ்ந்து சுழன்று சுழன்று மேலே எவ்வியது. பல திக்குகளிலும் தடவியது. 'அது ஆள் என்று ஏன் நினைக்க வேண்டும்? மாடு அல்லது கன்றுக்குட்டியாக... சே இராது. ஆளேதான் ஆளாகத்தானிருக்க முடியும் இருக்கட்டுமே. அது எனக்கு ஆபத்து விளைவிக்க வந்த ஆள் என்று நான் ஏன் எண்ண வேண்டும்'? வேறு யாராவது இந்த விதமாக மனம் அலைக்கழித்ததினால் அவனது அமைதியின்மை அதிகரித்தது. அவன் திடுமென்று ஒரு முடிவுக்கு வந்தான். அவசரமாக எழுந்தான். வருவது வரட்டும் என்று துணிந்து கதவைத் திறந்தான்.

'டடக்' ஒலி எழுப்பித் தாள் விலகிக் கதவு திறந்த வேளையிலே தடதடவென்று காலடி ஓசை கனந்தது, அதிகரித்துத் துரிதகதியில் ஒலித்தது. ஆனால் கதவை நோக்கி வராமல் எதிர் திசையில் விலகியது. யாரோ ஓடுவதை உணர்ந்தான் அவன் 'யாரது? யார் அங்கே?' என்று கத்தினான். பதில் கிட்டவில்லை.

ஓட்டம் அதிகரிப்பது போல் ஆயினும் ஓடிப் பழக்க மில்லாததனால், இடம் தெரியாததனால், தடம் தவறிப் போனதால் திண்டாடுவது போல் தோன்றியது. தாமோதரனுக்குத் துணிவு ஏற்பட்டது. தீங்கு தன்னைத்தேடி வரவில்லை என்ற உண்மை உதயம் அவனுக்குத் தனி உணர்வும் வேகமும் அளித்தது. அங்கு வந்தது யார்; தன் வீட்டருகே தயங்கி நின்றது ஏன்; பின் ஓடிப் போனது எதனால்? -அனைத்தையும் அறிய வேண்டும் என்ற துடிப்பு உந்த அவன் ஓடினான். துரத்தும் வேட்டை நாயானான்.

முன் ஓடிய நபர் அங்கு ஒதுங்கியிருக்கும் கிணறு நோக்கிச் செல்வதை உணர்ந்தான் அவன். ஒருவேளை கிணற்றிலே விழுவதற்கு - விழுந்து சாவதற்குத் துணிந்து வந்த யாராகவாவது இருக்கலாமோ? இந்நினைப்பு அவன் கால்களுக்குக் குதிரை வேகம் கொடுத்தது. ஓடினான்.

அவன் ஊகம் தவறவில்லை. அவன் பாய்ந்து ஓடிப் பற்றியபோது அவனது வேட்டைப் பொருள் கிணற்றின் சிறு துவளத்தின்மேல் ஏறிக்குதிக்க முயன்றதை அறிந்தான். ஆவேசமாகக் கைவீசிப் பற்றினான் பிடித்துப் பின்னுக்கு இழுத்தான் திடுக்கிட்டான். அது ஒரு பெண்.

3

அன்றிரவில் -

கந்தர்வ கலா மண்டபம்' திறந்து வைக்கச் சுபமான நாள் என்று முகூர்த்தம் பார்த்து, பிரமாத ஏற்பாடுகள் எல்லாம் செய்து, சிறப்பாக விழாக் கொண்டாடிய புண்ணிய நாளின் பின்னரவிலே,

தூக்கம் பிடிக்காமல் கஷ்டப்பட்டுக் கொண்டிருந்தவன் தாமோதரன் மட்டுமல்ல; அவனது திடீர்க் கூத்துக்குத் திட்டமான அரங்கம் அமைத்துக் கொடுத்த செல்வர் புன்னைவனநாதரும் கூடத்தான்!

சுகபோகத்தின் சித்திரிப்புகளில் ஒன்றாகத் திகழும் ஜோரான ஸ்பிரிங் கட்டிலில், பூம்பஞ்சு மெத்தையில் விழுந்து கிடந்த புன்னை வனத்துக்கும் உறக்கம் பிடிக்கவில்லை. குளுமையான நிலவுபோல் நீல ஒளி சிந்தும் மின்சார விளக்கு கண்ணுக்கு இனிய அலங்காரி போல் ஆடாமல் அசையாமல் காட்சி தருவதை ரசிக்கவில்லை அவர். ஓயாத கீதம்போல 'நொய்'யென ஒலித்துச் சுழன்று சுகமாகக் காற்றை அசையும்படி விரட்டியிருந்த எலெக்டரிக்விசிறியிலே அவர் ரசனை லயித்துவிடவில்லை. கட்டில்மீது தொங்கிய பூந்திரைகள் மேலே, சுவர்களில் கிடந்த படங்கள் மீதிலே அவர் கவனம் பதிந்து விடவில்லை. வேறு இன்ப நினைவுக் கொதிப்புகளால் அவர் துயில் இழந்து துன்புறவில்லை.

இரவில், தனியறையில் படிப்பில் ஆழ்ந்திருக்கும் போது அமைதியைக் குலைத்துக் கவனத்தைக் கலைத்து எரிச்சலை மூட்டும் ஒற்றை ஈ மாதிரி வழி தெரியாமல், செய்யும் வகையறியாமல் சுழன்று தொல்லைப்படுத்தும் குருட்டு ஈ போல - ஒரே நினைவு அவர் உள்ளத்தில் குடைந்து குறுகுறுத்துக் கொண்டிருந்தது. நீங்காத எண்ணம் ஒன்று எரியூட்டும் நெருப்பாய் சுட்டுக்கொண்டிருந்தது அவர் இதயத்தை. மண்டையிலே கொதிப்பேற்படுத்தியது.

அவன், அந்தப் பொறுக்கி, வீணப்பயல், தன் வெறும் பயவேலையைக் காட்டிவிட்டான். அவனுக்கு இடமளித்தது தப்பு அழைப்பு அனுப்பியது பெரிய தப்பு, மகாத் தப்பு அவனுக்குப் பேச அனுமதி அளித்தது.

அழைப்பு அனுப்பினதினாலே என்ன கெட்டுப்போச்சு? ஊரிலே பலபேருக்கும் தெரிந்தவனாகியிருக்கிறானே. நல்லா எழுதுகிறான். ஏதோ பேசிப் பெயர் பெற்றிருக்கிறான். ஆயிரத்தோடு ஆயிரத்தொண்ணாவது நபராக அவனுக்கும் அழைப்பு போனதிலே என்ன தவறு?

அப்போ அவனைப் பேசச் சொன்னதிலும் தவறு ல்லைதான். தலைமை வகித்தவரின் பாராட்டுதலைப் பெற்ற பிரபலஸ்தன் என்ற முறையிலே அவனைப்பேச அனுமதித்தது... போகிறது. அந்தக் கௌரவத்தைக் காப்பாற்றிக் கொள்ளத் தெரியவில்லை கழுதைக்கு. கழுதை மாதிரி கத்தித் தீர்த்து விட்டான்.

ஆனால் நம்ம மானத்தையல்லவா வானத்துக்கு அனுப்பி விட்டான்! மடையன்.

அவனை லேசில் விடப்படாது. சும்மா விடப்படாது. என்னவாவது செய்து அவனை சரியான வழிக்குக் கொண்டுவர வேண்டும்.

அதை எப்படி நிறைவேற்றலாம்? என்ன செய்யலாம்? என்ன செய்யலாம்?

விளக்குச் சிமனிக்குள் அகப்பட்டு, வெளியேற வழி தெரியாமல் உள்ளேயே குமைந்து குடைந்து 'கிருகிரு'த்துக் கொண்டு மோதி மோதித் திணறும் ஈ மாதிரி, அதே நினைவு வட்டத்தில் சிந்தைத் தெளிவு அற்றவராய்.வழி புலனாகாதவராய்த் திண்டாடிக் கிடந்தார் புன்னைவனம்.

நேரம் தான் ஓடிக்கொண்டிருந்தது. சுழலும் மின்சார விசிறி பொம்மென ஒரு ரக ஒலி எழுப்பிச் சுற்றியது. பக்கத்து அறை ஒன்றிலே கடமைச்சுமை காரணமாகத் தூக்கம் இழந்து

துடிக்கும் கடியாரம் காலத்தை அளக்கும் அர்த்தமற்ற பணியிலே விடாது ஈடுபட்டு ஏதோ அற்புத வெற்றி கண்டுவிட்டதுபோல் அடிக்கடி மணியடித்து மணியடித்து தன் பெருமையை ஒலி பரப்பிக் கொண்டிருந்தது.

பன்னிரண்டு - அரை - ஒன்று - அரை - இரண்டு -அரை-

இரவின் அமைதியிலே கனமாக ஒலிக்கும் மணி ஓசை, கால தேவனின் அடியோசை போன்ற கடியாரத்தின் 'டிக் டக்' ஓசை ஒடுங்காத மின் விசிறியின் ஓயாத 'ங்ஙொய்' சப்தம்.

அமைதியில்லை. செல்வர் புன்னைவனநாதர் அமைதி பெற வழியில்லை.

அவமானம் விளைவித்துவிட்ட, விழாவின் சிறப்பைக் கெடுத்துவிட்ட குழப்பத்திற்கு வகைசெய்த வீணனை ஒடுக்க வேண்டும். ஒடுக்கியாக வேண்டும்.

அவர் பெருமூச்செறிந்தார்.

திடீரென வெடித்தது ஓர் எண்ணப்பொறி. 'ஆகா. இதுதான் சரி, இதுதான் வழி என்று கெக்கலிக்கொட்டியது மனம்.

அந்த உற்சாகத்தில் அவர் உலகை மறந்தார். தன்னையே மறந்து ஆழ்துயிலில் கலந்தார்.

அப்பொழுதும் விசிறி சுழன்று ஒலி எழுப்பிக் கொண்டு தானிருந்தது. ஆனால் அது இன்பத் தாலாட்டாயிற்று காலத்தை அளக்க முயலும் கடியாரம் அர்த்தமற்ற வெற்றிச் சிரிப்பை அடித்துச் சொன்னது, ஓங்கி ஒலித்த மூன்று துடிப்புகள் மூலம்!

4

இரவு மூன்றரை மணிக்குத் தனியிடத்தில் ஒரு பெண்ணின் கையைப் பற்றி இழுக்க நேரிடும் என்று தாமோதரன் கனவுகூடக் கண்டிருக்க முடியாது. ஆனால் எதிர்பாராத சம்பவங்கள் நிகழும் இந்த உலகத்திலே இவ்விதம் நடந்துவிட்டது வியப்பல்ல. எனினும் அவன் திகைப்புற்றான்.

அவனைப் போலவேதான் அவளும் திடுக்கிட்டு நின்றாள் தற்கொலை செய்துகொள்ளத் துணிந்த அவள் தேகம் பயத்தால் நடுங்கியது இப்போது. யாரோ, எவனோ என்று அச்சுற்ற அந்த யுவதியின் கண்கள், இரவின் விழிகளான நட்சத்திரங்கள் சிதறிய மங்கல் ஒளியில் எதிரே நிற்பது ஒரு வாலிபன் எனக் கண்டன அவளது உள்ளக் குழப்பம் அதிகரித்தது.

அந்நேரத்தில் தாங்களிருவரும் அப்படி நிற்பதை எவரேனும் கண்டால் ஆபத்துதான்; விபரீத அர்த்தம் கற்பித்து எவ்வளவோ கதை கட்டி விடுவார்கள் என்று அவன் உள்ளம் பேசியது, சட்டென அவன் தன் கையை மீட்டுக் கொண்டான்.

அதற்கு முன்னரே 'என்னை விடுங்கள். சாக முயலும் என்னை ஏன் சனியன் மாதிரி வந்து தடுக்கிறீர்கள்?' என்று எரிந்து விழ வேண்டும் என்று எண்ணிய அந்த யுவதிக்கு அதற்குரிய துணிச்சல்தான் வரவில்லை. அதனால் அவள் தரையைப் பார்த்தாள். எதிரே நின்ற அவனை நோக்கினாள். இருளில் கலந்து திகழ்ந்த சூழ்நிலையைக் கவனித்தாள். வான வெளியையும் ஆராய்ந்தாள். எங்கும் நீந்திய பார்வை அவளை ஆட்கொண்டிருக்க வேண்டிய கிணற்றின் மீதும் பாய்ந்தது. அவள் பெருமூச்செறிந்தாள்.

அவர்களிடையே நிலவிய மௌனம் பெரும் சுமையாக வேதனையாகத் தோன்றியது. அவள் நெடுமூச்செறிந்தாள்.

அவள் பேசவில்லை. தானும் சும்மா நிற்பது சரியல்ல என எண்ணிய தாமோதரன் சொன்னான். 'அம்மா, நீ ஏன் சாகத் துணிந்தாய்? இந்த இளவயதில் உனக்கு உலகத்தின் மீதே வெறுப்பு ஏற்பட்டுவிட்டதா என்ன?'

அவள் பேசாமடந்தையாக நின்றாள். அவள் விழிகள் பேசிய பாஷையைப் புரிந்து கொள்வதற்குப் போதுமான ஒளி அப்போது அங்கு இல்லை.

தாமோதரன் தானாகவே சிரித்துக் கொண்டான். அவன் தன்னைக் கேலி செய்கிறான் என எண்ணினாள் அவள். 'நான் எப்படி நாசமானால் உங்களுக்கென்ன? இந்த வேளையில் நீங்கள் வரவில்லை என்று யாரும் அழவில்லை!' என்று முனங்கினாள் யுவதி அவள் செயலும், மௌனமும் அவனுக்கு வேடிக்கையாகப் பட்டன முதலில். அவள் பேச்சு அதிக விசித்திரமாக ஒலித்தது. இப்பொழுது அவன் உள்ளம் சிரித்தது.

'அம்மா புண்ணியவதி! நான் ஆபத்பாந்தவனின் அவதாரமல்ல. சாகப்போகிறவர்கள் முன் திடீரெனத் தோன்றி சித்து விளையாடல்கள் புரியும் சிவனாருமல்ல. நீ நாசமாய்ப் போவது உனது தனி மனித உரிமை. ஆனால் விழுந்து சாவதற்கு இந்தக் கிணறுதானா கிடைத்தது?' என்று பேசினான். அவன் குரலின் எக்காளம் அவள் இதயத்தில் தைத்தது.

'அவள் சாவதற்கு எந்த இடமாக இருந்தாலென்னவாம்?' என்றாள்

இன்றைய சமுதாயத்தில் பெரும்பாலான மக்களுக்கு சுகமாக வாழ உரிமையில்லை. சாவதற்குக்கூட உரிமை கிடையாது. அதை மீறிச் செத்துத் தொலைக்கிறவர்கள் பிறகு இருப்பவர்களுக்கு வேண்டாத வினையையெல்லாம் தேடி வைக்கிறார்கள். 'நீ யாரோ! ஏனோ எங்கிருந்தோ வந்து இந்தக் கிணற்றில் விழுந்து செத்துவிடலாம். அப்புறம் என்மீது வீணான சந்தேகங்கள் கிளம்பும். நான்தான் உன்னைக்

கொலை செய்தேன் என்றுகூடக் குற்றம் சாட்டிவிடுவார்கள். அதைப்பற்றி நீ எங்கே யோசித்திருக்கப் போகிறாய்!' என்றான் அவன்.

அவன் விநோதமான பேர்வழிதான் என்று தோன்றியது அவளுக்கு. 'அதெப்படிச் சொல்லுவார்கள்! நானாக சாகத் துணிகிற போது' என்று இழுத்தாள்.

'நீ சாகத் துணிந்திருக்கலாம். ஆனால் நீ சாக விரும்பவில்லை' என்று சிரித்தான் அவன்.

அவளுக்கு கோபம் வந்தது. சினுங்கினாள். 'உங்களுக்குத் தானே அது தெரியும்! சாக விரும்பவில்லையாம். ரொம்ப தெரிந்தவர் மாதிரி பேச வந்து விட்டார்!' என்று.

அவன் மேலும் சிரித்தான். 'அம்மணி!' என்று பேசத் தொடங்கியவனுக்குத் தடை போட்டது அவள் சொல் வீச்சு. "இந்தா பாருங்க. என்னை நீங்க புண்ணியவதி, அம்மணி, பெண்மணி. கண்மணி என்றெல்லாம் கூப்பிடவேண்டாம் நாடகத்திலே பேசுகிற மாதிரி"

'நான் உன்னைக் கண்மணி என்று அழைக்கவில்லையே. அப்படி அழைக்கவும் துணிவு வராது எனக்கு!' என்றான் தாமோதரன்.

'அதுதான் தெரியுதே!' என்று எரிந்து விழுந்தாள் அவள். 'என்னம்மா தெரிந்துவிட்டது?'

"உங்களுக்குப் பெண்களோடு பேசத் தெரியாது. அதிலும் யுவதிகளுடன் எப்படிப் பழகவேண்டும் என்பதே தெரியாது. அதிலும் நள்ளிரவில், தன்னந்தனியாக நிற்கும் அபலைப் பெண்ணிடம் எவ்விதம் நடந்து கொள்ளவேண்டும் என்பது நிச்சயமாகத் தெரியாது. உங்களுக்கு அனுபவம் போதவே போதாது - இதெல்லாம்தான்!"

'உனது சர்டிபிகேட் பெற முடிந்ததே, அதற்காக மிக்க மகிழ்ச்சி, நன்றியும் கூட!'

'புதிதாகக் காணும் பெண்ணை முதலிலேயே நீ, வா, போ என்று பேசுவதுதான் நீங்கள் பழகக் கற்றுக்கொண்ட லெட்சணம் என்பதும் புரிகிறது' என்றாள் அவள்.

நியாயம்தான். உனது கோபத்தின் காரணம் எனக்கும் புரிகிறது. அம்மா நீங்கள் யார்? ஏனிப்படித் தற்கொலை செய்யத் துணிந்தீர்கள் என்று நான் கேட்டிருக்கவேண்டும். உடனே நீ நான் என்ன அவ்வளவு வயசானவளா? எனக்கெதற்கு அம்மா பட்டம், கள் உபசாரமெல்லாம் என்று சொல்வாய். பிறகு நீ , உன், உன்னை என்றெல்லாம் நான் பேசினால் ஒரு தவறுமில்லை. நீ மகிழ்வுடன் உன் பெயரைக்கூடச் சொல்லியிருப்பாய் இல்லையா? அம்மா சாகத் துணிந்தவளே...'

'நீர் மரியாதை தெரியாத பேர்வழி என்னை விட்டு விட்டு உம் வேலையைக் கவனிக்கப்போம்' என்று சீறினாள் மங்கை.

இப்போது நான் உன்னைக் கையைப் பிடித்து நிறுத்தி வைத்திருக்கவில்லை. நீ உண்மையாகவே சாக விரும்பினால் இதற்குள் கிணற்றினுள் பாய்ந்திருக்கலாம். ஆரம்பத்தில்கூட நீ சாக அஞ்சினாய் என்பதை ரொம்ப நேரம் நீ தயங்கித் தயங்கி அலைந்த செயலே அம்பலப்படுத்தியது. நான் வராவிட்டால் - உன்னைத் துரத்திக்கொண்டு ஓடாமலிருந்தால் - நீயாகவே உன் வீட்டுக்கு திரும்பிப் போயிருந்திருப்பாய். என்னைக் கண்டதும் எவனோ அயோக்கியன், திருடன், கயவன் என்று எண்ணியோ உணர்ச்சி வெறியின் உந்துதலினாலோ - கிணற்றில் விழ முன்னேறிவிட்டாய் அப்பொழுதுகூட நீ சட்டென்று குதித்துவிடவில்லை. துவளத்தின் மேல் நின்று விழலாமா வேண்டாமா என்று குறி கேட்டுக் கொண்டிருந்தாய். உனக்கு எந்த தேவியும்-அல்லது தேவனோ அருள் புரியவில்லை!'

'ஏன், நீங்கள்தான் அருள் புரிய ஓடிவந்தீர்களே!' என்று கூறிக் கலகலவென நகைத்தாள் அவள்.

'நினைத்தேன்' என்றான் அவன்.

'என்னது என்று நினைத்தீர்கள்?'

"நீ அனுபவப் பள்ளியில் கற்றுத் தேர்ந்த கைகாரி என்றுதான்!" என்று சொல்லிச் சிரித்தான் தாமோதரன்.

அவளுக்குக் கோபமும் வெட்கமும் பொங்கி வந்தன. 'அதெல்லாமில்லை. நீங்கள் என்னைத் தவறாக மதிப்பிட்டு விட்டீர்கள். நான் வாழ விரும்புகிறேன். ஆனால் வாழ்க்கையில் பலவிதமாக வஞ்சிக்கப்பட்டவள் நான். எனக்கும் உயிராசை உண்டுதான். ஆனால் சூழ்நிலையும் சுற்றமும் நீ செத்துத் தொலைந்தால் நல்லது என்று சபிக்கின்றன. நான் என்ன செய்வது?' என்று முனங்கினாள் அவள்.

விடிவதற்கு இன்னும் எவ்வளவோ நேரமிருந்தது. மங்கலாக மினுக்கிக் கொண்டிருந்த நட்சத்திரக் கூட்டங்களிடையே தனிப்பெரும் ஒளியாகத் திகழத் தொடங்கியது விடிவெள்ளி இருள் கவிந்த உலகிலே குளிர் காற்று நாட்டியமாடிக் கொண்டிருந்தது.

விண்ணையும் மண்ணையும் பார்த்த தாமோதரன் மனதில் வேதனைதான் சுமையாகப் படிந்தது. சாவதற்காக வந்த யுவதியுடன் தனியாக வார்த்தையாடி நிற்பது அழகல்ல என்று தோன்றியது அவளிடம் விளையாடுவதுபோல் நையாண்டிச் சொற்கள் பரிமாறிக் கொண்டிருப்பது பெருந் தவறு என எண்ணினான் வாழ்க்கையில் வஞ்சிக்கப்பட்டு,உலகை வெறுத்து, சாவின் அணைப்பிலே அமைதி காணத் துணிய வேண்டுமெனில் அந்த அபலையின் உள்ளம் எவ்வளவு தூரம் குமுறிப் புழுங்கியிருக்க வேண்டும். அவள் மனம் நோகும்படி பேசிவிட்டோமே என வருந்தினான் அவன்.

போகிறது. அவளைச் சாகவிடாமல் தடுத்தாயிற்று. இனி என்ன செய்வது? மீதி இரவை அவள் எங்கே எப்படிக் கழிப்பது? இப்படி மௌனமாக நிற்க வைத்திருப்பதா? தனது அறையிலே தங்கியிருக்கும்படி அழைப்பதா?

அவன் மனம் ஒரு முடிவுக்குவர இயலவில்லை. அவளைத் தன் அறையில் தங்கும்படிக் கோருவது சரியல்ல என்று பட்டது அவனுக்கு தனது பெயரை மாசுபடுத்த விரும்புகிறவர்கள் மோசமாகப் பிரசாரம் செய்வதற்குத் தானே வழி வகுத்துக் கொடுப்பது போலாகும். தன்னால் அந்த யுவதியின் பெயர் மீது - இப்பொழுது என்ன பழி சுமந்திருப்பினும் கூட -அதிகமான அநாவசியமான பழி ஏற்படக்கூடாது என விரும்பினான்.

அவளும் எண்ணச் சுழிப்பிலே சிக்கி மோனத்து ஆழ்ந்திருந்தாள். அவளுக்கு நிகழ்கால வேதனையை விட எதிர்கால பயம் அதிகம் அச்சுறுத்தியது. வாழ்க்கை பாழாய், பயங்கரமாய், பாலைவனமாய், கொடுமையாய்க் காட்சியளித்தது அவளுக்கு. அதன் வறட்சியைத் தாங்க முடியாமல், தாக்குதலைச் சகித்துச் சகித்து மேலும் சகிக்க இயலாமல் தான் அவள் தன்னையே அழித்துக் கொள்ளத் துணிந்தாள். சாகும் வயதல்ல அவளுக்கு. உயிராசை வற்றி விடவில்லை ஆனால் எப்படி வாழ்வது? அவள் செய்யாத பாபத்தின் கறை பழியாக அவள் மீது படிந்துகிடந்தது. சமூகம் அவளையே களங்கமாக, பெருநோய் போல மதித்துக் குறைகூறிக் கொண்டிருந்தது. அவளும் எல்லாப் பெண்களையும் போல் குடும்ப விளக்காய் வாழ விரும்பினாள், ஆனால் சுற்றமும் சூழ்நிலையும் வாழவிடவில்லை அதுமட்டுமில்லையே. அவள் வாழ்வில் தொல்லையே விதைத்தனர்.

இதை எண்ணிப் பெருமூச்செறிந்தாள் அவள். குமைந்த அவள் உள்ளத்தின் கொதிப்பு சுடுநீராகக் கண்களில் தேங்கியது. அவள் நிற்கவும் வலுவற்றவளாய் தரையில், கிணற்றோரத்தில் உட்கார்ந்து, சுவரின்மீது சாய்ந்து கொண்டு கண்ணீர்

வடித்தாள். பேசாத சோகத்தின் சிலைபோல அமர்ந்து அழுதாள்.

அவளது செயலற்ற தன்மையைக் கண்ட தாமோதரனின் மனவேதனை அதிகரித்தது. 'சகோதரி! என்னை மன்னித்துவிடு. உன்னிடம் நான் முரட்டுத்தனமாக நடந்ததற்காக இதயபூர்வமாக வருந்துகிறேன்!' என்று தளதளத்த குரலில் அறிவித்தான்.

அவள் விம்மலுக்கிடையே சொன்னாள்: 'நான் உங்கள் வார்த்தைகளை நினைத்து வருந்தவில்லை. அழ வேண்டும் போல் தோன்றியது. அழுகிறேன் அழப்பிறந்த நான் இன்னும் எவ்வளவு அழுதுதீர்க்க வேண்டுமோ!

வாழ்க்கையில் ஒளி பிறக்கும். நல்லகாலம் வராமலா போகும். என்றான் அவன். அவளுக்குத் தேறுதல் கூறும் முறையிலே.

'எல்லோரும் அந்த நம்பிக்கையினால்தான் வாழ்கிறார்கள். எனக்கு அது இருண்டே விட்டது.'

'ஏன், உனக்கு என்ன நேர்ந்தது?'

'என்னதான் நேரவில்லை!' என்று அலுத்துக் கொண்டாள் அவள், அதைத் தொடர்ந்தது நெடுமூச்சு ஒன்று.

'நீ ஏன் வருத்தப்படுகிறாய் என்று சொல்லிவிட்டாவது அழம்மா. நீ யார்? சாவதற்காக இந்தக் கிணற்றைத் தேடி ஏன் வந்தாய்? ஏன் தயங்கினாய் என்பதையெல்லாம் சொல்லிவிட்டு நீ அழுது கொண்டிரு. அல்லது என்ன வேண்டுமானாலும் செய். இப்பொழுது நான் விஷயம் தெரியாமல் வீணாக வருந்தவேண்டியிருக்கிறதே!' என்றான் தாமோதரன். அவனது இயற்கைக் குணம் தானாகத் தலை தூக்கி விட்டதை எண்ணி அவனே சிரித்தான்.

'உங்களுக்கென்ன! சிரிப்பாய்த் தானிருக்கும் என் வேதனை எனக்கல்லவா தெரியும்' என்று சிணுங்கினாள் அவள்,

திடீரென்று ஒரு சலசலப்பு எழுந்தது. திடுக்கிட்டுத் திரும்பினான் அவன் அவன் கண்கள் இருளில் எங்கும் துழாவின, புலனாகாத வேட்டைப் பொருள் எதையோ தேடி அவள் மனதிலும் கலவரம் எழுந்தது. 'என்ன? என்ன தேடுகிறீர்கள்?' என்று கேட்டாள். 'ஏதோ சத்தம் கேட்டது போலிருந்தது.'

'ஏதாவது பிசாசு வந்துவிட்டதோ என்று பார்க்கிறீர்களா?' என்றாள். அவள் சிரிக்கும் உணர்ச்சியை இழந்துவிடவில்லை என்பதை மீண்டும் புரிந்துகொண்டான் அவன்.

நீ தான் முன்னாலேயே வந்து நிற்கிறாய். வேறொன்று வரத் துணியுமா என்ன! அப்படி வந்தாலும் தன் சகோதரியைத் தேடித்தான் வந்திருக்கவேண்டும்!'

அவன் பேச்சு அவளுக்கு சிரிப்பு தரவில்லை. சினந்தாள் அவள் இதயபூர்வமாக வருத்தம், மன்னிப்பு என்றெல்லாம் அளந்தவர் பேசுகிற லட்சணம் இதுதான் போலிருக்கிறது!" என்று.

'அம்மா சகோதரி! - உன்னை அம்மா என்றழைப்பதா, சகோதரி என்று கூறுவதா என்று புரியவில்லை. அதனால்தான் இப்படிச் சொல்கிறேன்...' என்று ஆரம்பித்தான் அவன்.

நீங்கள் ஒன்றும் சொல்லவேண்டாம். நான் இங்கேயே இருப்பதனால் தானே நீங்கள் எப்படிப்பேசுவது. என்ன சொல்வது என்று கவலைப்பட வேண்டியிருக்கிறது. நான் போகிறேன்' என்று எழுந்து வேகமாக இரண்டு எட்டுகள் எடுத்து வைத்தாள் அவள். பின் தயங்கி நின்றாள்,

'என்ன,போகவில்லையா?'

இருட்டுக்காலமாகயிருக்கிறதே, தனியாக எப்படிப்போவது என்று பயமாக இருக்கிறது என்றாள் அவள்.

அவன் சிரித்தான். 'பெண் பெண்ணேதான் என்பதை ஒவ்வொரு செயலிலும் நிரூபிக்கிறாய். இப்பொழுதுள்ள பயம் நீ வந்தபோது எங்கே போயிருந்தது? இப்பவும் அதை அங்கேயே அனுப்பிவிடுவதுதானே!' என்றான்.

அவள் 'உங்கள் யோசனையை யாரும் கேட்கவில்லை' என்று சீறினாள்

'மிகுந்த நன்றி! என் யோசனையும் உதவியும் இப்பொழுது தேவையில்லாமல் போகலாம். என்றாவது அவசியம் ஏற்பட்டால் எனக்கு அறிவித்தால் என்னாலானதைச் செய்கிறேன். என் பெயர் தாமேதரன். எனது விலாசம், அதைச் சொன்னால் காற்றோடு போய்விடும், வேண்டுமானால் எழுதித் தருகிறேன்...'

அவள் பேசாமல் நடந்தாள்.

தாமோதரன் இரவின் இனிமையை, எழிலை, தனிமையைச் சிறிது நேரம் ரசித்து நின்றான். பின் தனது அறையை நோக்கி நடந்தான். மீண்டும் அதே சத்தம் கேட்டது. சரசரப்பு. காலடி ஓசையாக இருக்குமோ? அவள் அசையும் சத்தம் தானோ? அவன் தயங்கி நின்றான். சத்தம் ஒடுங்கி விட்டது.

அவள் நடந்து கொண்டிருந்தாள். நிற்கவில்லை. ஆகவே அவள் காலடி ஓசையல்ல அது. அவ்வாறெனில் வேறு யார் அங்கிருக் கிறார்கள்? பதுங்கி நின்று கவனித்திருக்கிறார்களா? புரியவில்லை. அவள் யார்? அவளைச் சேர்ந்தவர்கள் யாராவது...

தெளிவு பிறக்க வழியில்லை. அவன் வேகமாக நடந்தான். சிரிப்புச் சத்தம் கேட்டது. இப்போது 'பெரிய யோக்கிய சிகாமணி போல் பேசுகிறவரு இவருதான் அண்ணேய்!' என்றொரு குரல் வெடித்தது.

'அது தான் தெரியுதே. இரவிலே காதல் நாடகம் நடத்திவிட்டு கன்னியை இருளோடு இருளாய் தனியாக அவசரம்

அவசரமாய் அனுப்பி வைப்பதிலிருந்தே நல்லாப் புரியுதே!'
என்று கனைத்தது. மற்றுமொரு குரல்

5

தாமோதரன் திகைத்து நின்றான். மறைந்து நின்று பரிகசித்துப் பழிக்கும் கயவர்கள் யார் என்று கொதிப்புற்றது அவன் உள்ளம். பிறர் தவறாகத் திரித்துக் கதைத்து விடக் கூடும் என்று எண்ணியது, இந்த இரவிலேயே நடந்துவிட்டதே என்று துடித்தது அவன் இதயம். 'எந்த நாய் அங்கே ஊளையிடுகிறது? தடித்தனமாகச் சொல் சிந்தும் மடையன் எவனடா அங்கே மறைந்து நிற்பது?' என்று கூவினான் தாமோதரன்

இருளிலே பதுங்கி நின்று தன்னைப் பற்றிக் கேவலமாய் பேசுகிறவர்களின் ஒலி அவனுக்கு வெறியூட்டியதனால் தாமோதரன் உணர்ச்சிக் கொதிப்பிலே கத்திவிட்டான். உடனேயே எண்ணம் துடித்தது தான் செய்தது தவறு என்று.

'நான் இப்படி கத்தியிருக்கக் கூடாது. அவர்கள் எத்தனைபேர் இருக்கிறார்களோ? என்ன செய்வார்களோ?' ஓடி வந்து தாக்குவார்கள். படுகாயப்படுத்திவிடப் பாய்ந்தோடி வருவார்கள் பாவிகள் என்று முனங்கியது அவன் உள்ளம். அவன் நெஞ்சு திக்திக்கென்று அடித்துக் கொண்டது.

தன்னைத் தாக்க வரும் கயவர்களை எதிர்பார்த்து நின்றான் அவன் காத்து நிற்பது பயங்கரமான வேதனையாகத் தோன்றியது. கவிந்து கிடந்த காரிருளும், பேயமைதியும் பாழாய் பயங்கரமாய்க் கனத்து அவனை விழுங்கிவிடக் காத்திருக்கும் நாசச் சக்திகள்போல் கனத்தன. கணத்துக்குக் கணம் அவற்றின் அழுத்தம் அதிகரிப்ப தாகப்பட்டது அவனுக்கு. ஆனால் முன்னோடிவரும் கனத்த காலடி ஓசை காதில் விழவில்லை. மனித நடமாட்டம் இருப்பதாகவே தெரியவில்லை

அவன் மனக் கலக்கம் தணியவில்லை. அதிகரிக்கத்தான் செய்தது. அவர்கள் ஏன் முன் வந்து தாக்கவில்லை? பதுங்கி

நிற்கிறார்களா, பம்மிப் பம்மி ஓடிவிட்டார்களா? யோசியாமலே தான் கத்தியதற்குத் தனக்குப் புத்தி கற்பிக்கும் முறையிலே தாக்குவதற்காக அவர்கள் ஓடி வரவில்லையென்றால், அவர்கள் செயலிலே ஏதோ விபரீத அர்த்தமிருக்கிறது. அவர்கள் நோக்கம் என்னவாக இருக்க முடியும்? அவர்கள் யார்? - அவனது உள்ளம் ஆயிரமாயிரம் கேள்விகள் துள்ளும் சுனையாக மாறிவிட்டது! ஆனால் எதற்கும் விடை பிறக்கும் வழிதான் இல்லை.

அவன் காத்து நின்றான். நேரம் சாவகாச நடை நடப்பதாக எண்ணினான் அவன் அங்கு நிற்பதும் ஆபத்து என்று நினைத்த தாமோதரனின் மனம் முன்னாலேோ, பின் காட்டியோ நடப்பதும் அதிக ஆபத்தான செயலேயாகும் என்று போதித்தது என்ன செய்வது? என்ன செய்யவேண்டும்? மீண்டும் கூச்சலிடலாமா? வீட்டுக்குள் போய் விடலாமா?

அறைக்குள் போய் கதவடைத்துக் கொண்டால், அவர்கள் கும்பலாக வந்து முற்றுகையிட்டு ஏதாவது விபத்து ஏற்படுத்தினால்? அவர்கள் எத்தனை பேரோ? இரண்டு குரல்கள் தான் கேட்டன. எனினும் வேறு பலர் பதுங்கி நிற்கலாமல்லவா? - அவன் மூளை குழம்பி விடும் போலிருந்தது. அவள் கதி என்னவாகும்? அவள் இருட்டிலே தனியாக நடந்து போய்விடுவாளா? இந்தக் கயவர்கள் அவளைத் தொடர்ந்து சென்று ஏதாவது தீங்கு செய்தால்? ஐயோ, பாவம்! அவளை அப்படி விரட்டியிருக்கக்கூடாது நானா விரட்டினேன். இல்லையே. அவள் இந்த இடத்திலேயே இரவு முழுவதும் நின்றாலும் ஆபத்து தானே.

'நான் கதவைத் திறந்துகொண்டு வெளியே வராமலே இருந்திருக்கலாம்!'

-சே. அது சரியல்ல. அப்பொழுது என்னென்ன விபரீதங்கள் விளைந்திருக்குமோ! அவள் கிணற்றில் விழுந்து செத்திருக்கலாம் அல்லது இனம் தெரியாத இந்தக் கயவர்கள்.. அவர்கள் என்ன ஆனார்கள்?

தாமோதரனின் உள்ளக் குகையிலே ஒலி எதிரொலிகள் தறுதலைத் தனம் பயின்று அவன் குழப்பத்தைத் தணித்து விடாதபடி பாதுகாத்து வந்தன. அவன் அந்த இடத்திலேயே நின்று நின்று பார்த்தான். பொறுமையைச் சோதிக்கும் அச்செயலை மேலும் சாதிக்கும் திறமையற்றவனாய், வருவது வரட்டும் என்று துணிந்தவனாய். வீடு நோக்கி நடந்தான். தன்னை யாரும் வேட்டையாடிப் பின் தொடரவில்லை என்பது தெளிவாகத் தெரிந்தது. அங்கு கொலுவிருந்த அமைதியிலே, அமைதியைக் குலைக்கும் தனது காலடிகளின் 'சரட் சரட்டு' சப்தம்தான் மனசிலே அரிப்பு தருவதாக ஒலிப்பதை அவன் உணர்ந்தான். வேகமாக நடந்தான். அவர்கள் - யாராக இருந்தாலும் சரியே - போய் விட்டார்கள். அன்றிரவு தன்னைத் தாக்கும் நோக்கம் அவர்களுக்கு இல்லை என்பது நிச்சயமாகிவிட்டது. தூரத்தில் யாரோ யாரையோ சீட்டியடித்துக் கூப்பிடும் ஒலி எழுந்து மிதந்து வந்தது. பதிலுக்கு ஒரு 'விஸில்' பலமாகப் பிறந்து காற்றிலே கலந்தது.

இன்று இந்தச் சூழ்நிலையே பயங்கர மர்மங்கள் நிறைந்த பிரதேசமாகிவிட்டது போலும்! விபரீத நாடகங்களுக்கு ஒத்திகை நடைபெறும் இடமாகிவிட்டது' என்று நினைத்தான் தாமோதரன் சிரிப்பும் கூடவே எழுந்தது அந்த நேரத்திற்கு ஆபத்து நீங்கியது என்ற உணர்ச்சி தெம்பு தரவே, அவன் மனச் சுமையைத் தணிக்கும் நெடு மூச்செறிந்து, கதவைத் திறந்து வீட்டினுள் போய் தாழிட்டுக் கொண்டான்

இன்னும் விடியவில்லை. அப்பொழுது காலை மணி ஐந்து தானிருக்கும். இருள் விலகி ஒளி பிறக்க வானம் களம் அமைத்துக் கொடுக்கவில்லை இன்னும். ஆயினும் கண்களைக் குருடாக்கும் காரிருள் படுதா போத்திருக்கவில்லை உலகை. வானிலே வைரப் புள்ளிகள் வைத்திழைத்த அற்புதக் கோலம் அழிக்க முடியாத சித்திரம்போல் தான் திகழ்ந்து கொண்டிருந்தது. காலையின் இனிய மணம் எங்கும் நிறைந்திருந்தது. குளிரும் கலந்திருந்தது

தாமோதரன் நினைத்தான் 'இனிமேல் தூங்குவது எங்கே! இன்றிரவு பூராவும் தூக்கம் பொங்கல்!' என்று ஒரு இரவின் எதிர்பாராத நிகழ்ச்சிகள் மனதில் நிழல் படம் போல் - ஆனால் தொடர்பற்ற துள்ளல்களுடன் - தலை தூக்கவும் அவனுக்கு வியப்பும் வேதனையும் தான் எழுந்தன. நடந்தவை நடந்தேறிவிட்டன. அவற்றைப்பற்றி வியந்தாலென்ன! வேதனைப்பட்டால்தானென்ன? இனி வரவிருக்கும் விளைவுகளை அவை தவிர்த்துவிட இயலுமா? இயலாது இயலாது.

உள்ளூறை பண்பாய் ஒண்டிக்கிடக்கும் சின்னப்புத்தி கீச்சுக் குரல் கொடுத்தது. 'நீ கந்தர்வ கலாமண்டபத் திறப்புவிழாவின் போது தறுதலைத்தனம் செய்துவிட்டு, இப்ப பயந்து சாகவேண்டிய தேவையுமில்லை!'

அவன் உள்ளமே சினந்து சீறியது: 'பயந்து சாவதா! இல்லை. ஒரு சிலர் பகட்டாக வாழ்க்கை நடத்துவதற்காக ஊரை, உலகைச் சுரண்டிப்பிழைக்க அவர்கள் செய்கிற வீணத்தனங்களைக் கண்டும் சும்மா இருக்க முடியுமா? ஊருக்கு நல்லதை எடுத்துச் சொல்வதா தறுதலைத்தனம் ? தனக்குச் சரியென்று பட்டதைத் துணிந்து சொல்லாமல் தயங்கி நிற்பதும், பணத்திற்கும் பட்டம் பதவிகளுக்கும் கைகட்டி நிற்பதும்தான் பயங்கொள்ளித்தனம். முட்டாள்தனம் கூட!'

'இன்றைக்கென்று விளக்கிலே எண்ணெய் இல்லாமல் போயிற்றே! சனியன். விளக்கிருந்தாலாவது படிக்கலாம்' என்று எண்ணிய அவனுக்கு ஒரு உண்மை பளிச்சிட்டது. மெழுகுவர்த்தியும் தீப்பெட்டியும் அலமாரியில் கிடப்பது அப்பொழுதுதான் ஞாபகத்திற்கு வந்தது. அவசரம் அவசரமாய் இருளில் இலக்குத் தேடி ஒரு வகையாகக் கண்டுபிடித்து அவற்றை எடுத்து, ஒளி உண்டாக்கும் முயற்சியில் ஈடுபட்டான்.

ஒளி சிரித்தது அந்த அறையில், இருளிடையே வேதனையுற்றுக் கிடந்த அவனுக்கு மெழுகுவர்த்தியின் சிற்றொளி தனி அழகு நிறைந்த கலைச்சுடராகக் காட்சியளித்தது ஒளியையும் அது வரைந்து காட்டும் நிழல்களையும், அவற்றின் அசைவுகளையும் கவனித்து நின்ற அவன் பார்வையில் ஒரு புதுமை தென்பட்டது. ஜன்னலருகே சுவரோரத்தில் வெள்ளையாக ஒரு பொருள் கிடந்தது. கோணல் மாணலாகக் கிழித்துப் போட்டிருந்த துண்டுக்கடிதம்.

அது அந்த இடத்தில் முன்பு கிடக்கவில்லை. முன்பு, விளக்கு இருந்தபொழுதே, அது கண்ணில் பட்டிருந்தால் அதே இடத்தில் கிடக்கும்படி அவன் அனுமதித்திருக்கமாட்டான். எடுத்துக் கசக்கி அதைச் சேரவேண்டிய இடத்திலே சேர்ந்திருப்பான். குப்பைக் கூடையில்தான். அத்தாளில் சிவப்பாக வேறு தெரிந்தது. அதனால் பரபரப்புடன் அதை எடுத்துப் பார்த்தான். அதில் சிவப்பு மையில் எழுதியிருந்தது. 'எச்சரிக்கை! துள்ளாதே. துள்ளாதே ஆட்டுக்குட்டி! கையிலே இருக்குது சூரிக்கத்தி!' ரத்தம் சொட்டும் கத்தியின் படமும் இருந்தது அதில்.

6

தாமோதரன் பயந்துவிடவில்லை. கத்தியும் ரத்த எழுத்துக்களும் அர்த்தமற்ற மிரட்டல்களாகத்தான் தோன்றின அவனுக்கு. இத்தகைய சிறு விஷயங்களுக்கெல்லாம் பயந்து சாவதென்றால் மனிதன் உயிர் வாழவே முடியாதே என்று எண்ணினான் அவன்.

'இந்தத் துண்டுக் கடிதத்தை யார் உள்ளே வீசி இருப்பார்கள்? எப்படி எறிந்திருக்க முடியும்?' என்று சந்தேகங்களைக் கிளப்பியது மனம். அதுவே பதிலும் கூறிக்கொண்டது; 'இதென்ன பிரமாதமான காரியம்! நான் அங்கே கிணற்றருகில் அந்தப் பெண்ணுடன் வாதாடிக்கொண்டிருந்த போது இந்தப் பக்கமாக எவனாவது வந்து கடிதத்தை தாராளமாக உள்ளே தள்ளியிருக்கலாமே! மறைந்து நின்றவர்களிலே ஒருவனாகத்தானிருக்கவேண்டும். அல்லது வேறு எவனையோ கூப்பிடுவதுபோல் வாயினால் யாரோ விசிலடித்தது கேட்டதே. அப்படிச் சீழ்க்கையடித்தவனோ, அல்லது அழைக்கப் பட்டவனோ போட்டிருக்கலாம். இருள்தான் அவர்களுக்குத் துணை நிற்கிறதே.'

அநாவசியமாக மனதைக் குழப்பிக்கொண்டிருப்பது அர்த்த மற்ற வீண் வேலை என்று பட்டது அவனுக்கு. இரவு விடைபெற்றுக் கொள்ளவேண்டிய நேரம் நெருங்கிக் கொண்டிருந்தது. இனிப் படுத்துத் தூங்க முயல்வதில் பயனில்லை. தூக்கம் வராது, விடியும் வரை ஏதாவது புத்தகத்தைப் புரட்டிப் பொழுது போக்கலாம் என்று நினைத்தான்.

புத்தகம் ஒன்றை எடுக்கக் கை நீட்டியபோது, குறிப்புப் புத்தகத்திலே இன்றைய எண்ணங்களை எழுதிவைக்கலாமே என்ற ஆசை பிறந்தது. அதை எடுத்தான். எழுதாத பக்கத்தை முதலிலேயே! திருப்பி வைத்துக் கொள்ளாமல்

அங்குமிங்குமாகத் தாள்களைத் தள்ளின அவன் விரல்கள். தனது எண்ணப் பதிவுகளிலே கவனம் தயங்கித் தயங்கி நின்று விடுவதை அவன் தடைசெய்யவில்லை.

'ஆபத்து எதிர்ப்படுவதும் சாத்தியமே. பிறருக்குப் பிடிக்காத எண்ணங்களைச் சொல்கிறவன் காரியங்களைச் செய்கிறவன்- பிறரது பழிப்புக்கும் வசைபாடல்களுக்கும், கோபம் கொதிப்பு ஆத்திரம் முதலியவற்றிற்கும் ஆளாவதும் இயல்பே. அதற்காகத் தனக்குச் சரியென்று பட்டதைச் சொல்லாமல் இருக்கலாமா? பெரும்பாலருக்கு நன்மை விளைவிக்கும் என்று தோன்றுகிற காரியத்தை - நிறைவேற்றும் முயற்சியில்தான் ஒருவனுக்குத் தீங்கு விளையலாம் என்ற அச்சம் காரணமாக - செய்யாமல் விடலாமா?

அவன் விரல்கள் மேலும் சில பக்கங்களைத் தள்ளின. ஒரு இடத்திலே அவன் குறித்திருந்தான்; 'மக்களுக்கு யார் நல்லதைச் சொல்கிறார்கள்? யார் எதற்காக என்னென்ன கூறுகிறார்கள் என்பதை உணர்ந்து கொள்ளும் சக்தி கிடையாது என்றே எனக்குத் தோன்றுகிறது. சிந்திக்கும் திறமையிருந்தாலும் அதை உபயோகிக்கிறவர்கள் மிகக் குறைவு. எதையும் தங்களுக்காக மற்றவர்கள் செய்யட்டுமே என்ற மெத்தனம் மனிதரிடையே அதிகம் காணப்படுகிறது. சிந்திக்கும் விஷயத்திலும் அப்படித்தான். தங்களுக்காக வேறு யாராவது சிந்திக்கட்டுமே என்று விட்டுவிடுகிறார்கள். அப்படிச் சிந்திப்பவர்கள் மக்களின் அறியாமையையும் பண்பாட்டையும் தங்கள் சுயநலத்துக்குச் சரியானபடி பயன்படுத்திக் கொள்கிறார்கள். ஆகவே சுரண்டல் பொருளாதாரத் துறையில் மட்டுமில்லை. வாழ்வின் பல அம்சங்களிலும் காணப்படுகிறது. சுரண்டல் எந்த வகையில் தலை தூக்கினாலும் கண்டிக்கப்படவேண்டியது. பண மூட்டைகள் பணம் பண்ணுவதற்காகப் பெரும்பாலோரைச் சுரண்டுகிறார்களென்றால், புகழ்பண்ண விரும்புகிறவர்களும் பதவிபெறத் துடிப்பவர்களும் தலைமைப் பித்து பிடித்தவர்களும் எண்ணற்றோரின் அறிவை, காலத்தை,

செயல்திறனைச் சுரண்டிப் பிழைக்கிறார்கள். மக்களை மடையர்களாய், மண்டூகங்களாய், மண்ணாந்தைகளாய், தலையாட்டிகளாய், கைதட்டிக் கோஷம் கிளப்பும் மந்கைளாக மாற்றி வருகிறார்கள். இதுவும் ஒருவகைச் சுரண்டல் என்றுதான் நான் சொல்கிறேன். எனது வார்த்தைகள் எடுபடாமல் போகலாம். நேர்மையான சிந்தனைகள் என்றுதான் கௌரவிக்கப்படுகின்றன!"

வேறொரு இடத்திலே அவன் எழுதியிருந்தான்; 'நாட்டின் பெரும்பாலான மக்களிடம் பேசிப்பார். அவர்களுக்கு அரசியல் கலை, இலக்கியம் என்பவை எதுவும் தெரியாது. அவற்றைப்பற்றி அறிந்து கொள்ள வேண்டும் என்கிற உணர்ச்சியுமில்லை. அவர்கள் உணரமுடிவது பசி, பசி, பசியேதான். அது வயிற்றுப் பசியாகவு மிருக்கலாம். சதைப் பசியாகவுமிருக்கலாம். இவற்றைத் தீர்த்துக் கொள்வதற்காகத்தான் அவர்கள் வாழ்கிறார்கள். இத்திருப் பணிகளிலேயே காலம் கழிக்கத் தவிக்கிறார்கள். இவை பற்றிய பேச்சு தான் மக்களிடம் அதிகம் ஒலிக்கிறது.'

"நான் சொல்கிறேன் - மக்களுக்காக அரசியல் கட்சிகள், கலை விழாக்கள், விருதுகள் என்பதெல்லாம் சுத்த ஹம்பக். மக்களின் பெயரைச் சொல்லித் தாம் உயர விரும்புகிற ஒரு சிலருக்காகத்தான் இவையெல்லாம் பிறக்கின்றன. மக்கள் இவற்றைப்பற்றிக் கவலைக் கொள்வதேயில்லை. சிரத்தைக் கொள்வதானால், கலை, இலக்கியம், சமுதாயம், அரசியல் முதலிய பலவும் இன்றைய நிலையிலோ இரா. இதை உணர வேண்டும் மனிதர்கள். உணரும்படி தூண்டிவிட வேண்டியதுதான் சிந்திக்கத் தெரிந்த தெரிந்த ஒவ்வொருவனது கடமையுமாகும்."

தாமோதரன் தனது எண்ணச் சூழலில் மேலும் சிக்கித் திணறுவது இயற்கைக்கே பொறுக்கவில்லை போலும்! தூக்கம் அவனைக் கிரக்கியது. கண்கள் சொக்கின. முயன்றும் விழித்திருக்க முடிய வில்லை அவனால். மெழுகுவர்த்திச் சுடரை அணைத்து விட்டு அவன் படுத்தான்.

வெளியே இருள் விலகிக் கொண்டிருந்தது. பறவைகளின் கலகலப்பு சூழ்நிலைக்கு உயிரொலி கொடுத்தது. சேவல் ஒன்று கொக்கரித்தது. எல்லாம் கனவுலக நிகழ்ச்சிகள் போல் பட்டன அவனுக்கு அவன் சுகமான தூக்கத்தில் ஆழ்ந்து விட்டான். அவனது எண்ணக் குழப்பங்கள் மிகக் களைப்புற்றுவிட்ட அவனை எதுவும் செய்யமுடியவில்லை!

7

புன்னைவனம் பலரகக் கலாசாரங்களின் கலப்படம் என்பதை அவருடைய தோற்றம் மாத்திரமல்ல, அவர் வசிக்கும் வீடும் வீட்டின் ஒவ்வொரு அறையும் - எடுத்துக்காட்டும், பழமையும் புதுமையும், மேற்கும் கிழக்கும் வடக்கும் தெற்கும் எல்லாம் ஏககாலத்தில் சேர்ந்துவிட முயலும் விசித்திரத்தை அவருடைய சூழ்நிலை சித்தரிக்கும். அவருடைய நடையுடை பாவனைகள் அம்பலப்படுத்தும்.

முதலாளியின் தனியறை அவரது பண்பாட்டைப் பிரதி பலிக்கும் சரியான உதாரணம். மிகுந்த பக்திமான்போல் பாவலாப் பண்ணுகிறவருடைய மற்றொரு பண்பும் பக்கத்திலே பக்கத்திலே காட்சியளிக்க முயல்வது போல் திகழும் இரண்டு சிலைகள். பிரதான மேஜையில் முக்கியத்துவம் பெற்று நிற்கும் மகா நிர்வாண நிலையடையக் கண்மூடித் தவம் புரியும் புத்தர் சிலை ஒரு பக்கம் இவ்வுலகில் இன்பம் தரத் தயாராகக் கண்சிமிட்டி முழுநிர்வாண நிலையிலே காமக் கவர்ச்சியுடன் காத்திருக்கும் அழகியின் அற்புதச் சிலை ஒரு பக்கம். மத்தியில் முகம் பார்க்கும் கண்ணாடி பெரியது. அதனருகில் ஹேராயில், பவுடர், ஸ்நோ சீப்பு முதலிய நாகரீகத் தளவாடங்கள் அணிவகுத்து நிற்கும்.

நவநாகரிக டிசைன்களில் அமைந்த சோபாக்கள், நாற்காலிகள், மேஜைகள் பரவிக்கிடக்கும். அவற்றின் மேலே அழகிய மான் தோல்கள் பரப்பப் பெற்றிருக்கும். புத்தம் புதிய பீரோக்கள் நிற்கும். அவற்றிற்கு உயரே சுவரில் விகாரமான எலும்புக்கு மேலே கிளை கிளையாய் விரிந்திருக்கும் மான் கொம்புகள் காட்சி தரும் அலங்காரப் பொருளாக! பளிச்சிடும் வர்ணங்களோடு பூத்த காகிதப் பூக்கள் பளபளக்கும். பித்தளைப் பாத்திரங்களிலே ஜம்பப் பொருள்களாய் வெளிச்சமிட்டு நிற்கும். அவற்றின் அழகைக் கண்டே

வெட்கிக் கருகி உருமாய்ந்து போனது போல் தொங்கும் வாடி வதங்கிய மலர் மாலைகள் தெய்வத் திருப்படங்கள் மேலே!

மாட்சிமை தங்கிய மன்னர் பெருமானின் திரு உருவம் கண்ணாடி பொதிந்த படமாகக் காட்சிதரும் ஒரு சுவரில். மன்னரின் நெற்றியிலும் படச்சட்டத்தின் மையத்திலும் சந்தனப் பொட்டும் குங்குமமும் மிளிரும், என்றோ வந்து போன சரஸ்வதி பூஜையன்று 'மன்னர் பெற்ற பூஜையை நினைவுறுத்துவது போல, அதே மாதிரி சம கௌரவத்தை லேடி படங்களுக்கும் இயற்கைக் காட்சிகளைக் காட்டும் படங்களுக்கும் தாராளமாக அளிக்கத் தயங்குவதில்லை முதலாளி தெய்வப்படங்களுக்கோ வெள்ளிக்கிழமை தோறும் பூஜை உண்டு. சிறப்பாகக் கடவுளர் படத்திற்குத் தான் தீபதூப ஆராதனைகள்

சிறப்பாகக் கடவுளர் என்றாலும், தூணிலும் உளன்; துரும்பிலும் உளன் என்ற கீழ்நாட்டு வேதாந்தத்திலே அசையாத நம்பிக்கை உடைய முதலாளி சூடம், சாம்பிராணி மரியாதைகளை லேடிகளுக்கும், மன்னர் பிரானுக்கும், புத்தர் சிலைக்கும், நிர்வாண சுந்தரிக்கும் அளிக்க மனம் கூசுவதே கிடையாது.

அவர் அறையில் காந்தி படமிருக்கும். நேரு. படேல், ராஜாஜி படங்கள் சுவரை அலங்கரிக்கும். ஒரு சுவரை நிறைத்திருக்கும் விசித்திர விசித்திரமான வர்ணக் கலவைகளுடன் அச்சிடப் பட்டிருக்கும் விநோதச் சித்திரங்கள் - அவதாரங்களின் லீலா விநோதங்களைக் காட்டும் படங்கள். ஜெர்மனியிலும் ஜப்பானிலும் வட இந்தியாவிலும் அச்சாகி வந்த படங்கள், கலையுமில்லாது, பக்திக்கும் வகை செய்யாது, கண்டு நகைப்பதற்கே அருமையான படங்கள். ரவிவர்மாவின் ஓவியங்களும் ஆங்காங்கே ஒளி தெறிக்கும். ராமர், கிருஷ்ணர், பரமசிவம், பார்வதி, திருப்பதிக் கடவுள், மீனாட்சி அம்மை, லட்சுமி, சரஸ்வதி பரிவாரங்களின் நடு நடுவே 'மலையாளத்து அச்சி'யும் மோகினியும், ஆடை அவிழ்ந்து விழுவதையும்

கவனியாமலே பந்து பயிலும் சுந்தரியும், ஏசுமுனியும், கன்னி மரியாளும் புன்னகை புரிந்து தங்கியிருப்பார்கள்.

முதலாளி புன்னைவனம் அவர்களின் சொல்லும், செயலும் சர்வ திக்கு சமத்துவ கலாசாரங்களின் அவியலாகவே மிளிரும். ஸூட்டும் ஹாட்டும் போட்டுத் திரியத் துணிவார். நெற்றியிலே விபூதியும் சந்தனப் பொட்டும் இல்லாமல் காட்சி தரத் துணிய மாட்டார். 'குட்மார்னிங்' என்று சொல்லும் பொழுதே கை குவித்துக் கும்பிடுவார். 'போயிட்டு வாங்க' என்று சொல்லிக்கொண்டே சலாம் போடுவார். மேஜையில் பிளேட்டுகளில் உணவு பரிமாறிச் சாப்பிடத் தயங்கமாட்டார். அதே வேளையில் கையில் நீரெடுத்து உணவைச் சுற்றித் தெளித்துவிட்டு, ஒரு பிடிச் சோறு காக்காய்க்குப் போடாமல் உண்ணத் துணியமாட்டார்.

திடீரென்று அவருக்கு ஒரு மோகம் ஏற்பட்டது. 'வெள்ளைக் காரர்களைப் போல நாமும் ஏன் முள் கரண்டியும் ஸ்பூனும் கத்தியும் உபயோகித்துச் சாப்பிடக்கூடாது?' என்ற ஆசைதான். நினைத்தால் செய்யவேண்டியது தானே. அவரிடம்தான் எல்லாவற்றுக்கும் வசதிகள் இருக்கின்றனவே பின் என்ன! அவர் வீட்டு அடுப்பங் கரையில் கரண்டி நாகரிகம் புகுந்தது. சாப்பாட்டு மேஜையில் இரண்டு நாட்கள் தான் வாழ முடிந்தது. 'அது சுகப்படலே' என்று ஒதுக்கி விட்டார் புன்னைவனம்.

"சோறு எடுத்துச் சாப்பிடுவதற்குக் கை தான் சரி. இது தெரியாமலா ஆண்டவன் விரல்களைக் கொடுத்திருக்கிறான்? கையிலே தனித்தனியாக ஐந்து விரல்கள் இருப்பது எவ்வளவு சௌகரியமாக இருக்கிறது. இது ஒன்றே போதுமே ஆண்டவனின் திறமையை நிரூபிக்க!" என்று தீர்ப்புக் கூறிவிட்டார். ஸ்ரீமான் புன்னைவனத்திற்கு ஆண்டவன் மகிமை பற்றி சாட்சி கூற 'இது ஒன்றே போதுமே! என்னும் படியான உதாரணங்கள் அடிக்கடி கிடைத்துக் கொண்டேயிருக்கும்.

'தண்ணீர் என்கிற ஒன்று இல்லாமல் போனால் மனுஷ சன்மமும் வீடும் வாசலும் ஊரும் உலகமும் நாறிப் போகாதா நாறி! தண்ணி இல்லையின்னா மனுஷன் எங்கேய்யா உயிர் வாழ்றது? எப்படி வாழ முடியும்கிறேன்? அது தாராளமாகக் கிடைக்கும்படி செய்திருக் கிறானே ஆண்டவன் - இது ஒன்றே போதாதா அவன் புத்திசாலித் தனத்தை நிரூபிக்க!' என்று முதலாளி ஐயா தினம் ஒரு தடவையாவது திருவாய் மலர்ந்தருளி விடுவார்.

இவ்வருள் மொழியைக் கேட்பதற்கு எதிரே யாருமில்லாமல் போனால். தன் நெஞ்சுக்குத் தானே உபதேசித்துக்கொள்ளத் தயங்கமாட்டார் அவர். இக்கல்யாண குணம் அவர் உள்ளத்தோடு ரொம்ப ரொம்ப ஒட்டிப் போனதினாலே, ஆண்டவனுக்கு அநாவசியமான புகழை அவர் அள்ளிக் கொடுத்து விடுவதும் சகஜமே.

'ஆண்டவன் பெருமையைக் கூற எலெக்டிரிக் விளக்குகள் மட்டுமே போதுமே! மின்சார சக்தி மட்டும் இல்லையென்றால்..." என்று கர்ஜிக்கும் புன்னைவனத்திடம் எவராவது தெரியாத்தனமான எதிர் மொழி பகன்று விடுவதும் உண்டு. 'என்ன நீங்க! இந்தப் புகழ் மனிதனுக்கல்லவா சேரவேண்டும்' என்றுதான்.

தனது பணம் பறிபோய்விட்டதுபோல் ஆத்திரம் கொள்வார் அவர், 'ஏன் என்று கேட்கிறேன். மனுஷன் கண்டுபிடிக்கிறதுக்கு முன்னாலேயும் எலெக்ட்ரிக்ஸிட்டி இருந்தது. இல்லாததை அவன் எப்படிக் கண்டுபிடித்துவிட முடியும்?' என்று சீறுவார் முதலாளி.

'கண்டுபிடித்தது ஒரு அற்புதம் தானே? அதைப் பயனுள்ள பல வழிகளிலும் இயங்கச் செய்ததும் மனிதன் தானே? அவனுக்குத்தானே பாராட்டுகள் உரியன?' என்று கேட்டாலோ- 'அந்த மனிதனை ஆண்டவன்தானே படைத்தான்! அப்படி யானால் ஆண்டவனை அதிகமாக அல்லவா புகழவேணும்!' என்று கூறி, அட்டகாசமாகக்

கனைப்பார் அவர். ஆண்டவன் புகழ்ச்சியில் அவ்வளவு ஈடுபாடு அவருக்கு.

ஆகவே, புன்னைவனம் கோயிலைக்காணும் இடங்களில் எல்லாம் நின்று, மேல் அங்கவஸ்திரத்தைக் கொஞ்சம் கீழிறக்கி, கால் செருப்பைக் கழற்றிவிட்டு வினயமாகக் கும்பிடு போடுவதில் வியப்பில்லைதான். சிறு பிராயத்திலிருந்து அழுத்தமாகப் படிந்து விட்ட பழக்கம் இது. விடாத பண்பாக வளர்ந்து வருவது இப்பொழுது கோட்டு மாட்டிக்கொண்டு காரிலே பிரயாணம் செய்யும்போது கூட கால்செருப்பை உதறி விட்டு, கையெடுத்துக் கும்பிடுவார் - உட்கார்ந்த படியேதான் கோயிலைக் காணும் பொழுது!

பணம் நிறைய யிருந்தது. அது வளர்ந்துகொண்டேபோகும் கவலைப்பட வேண்டியதில்லை. பணமும் சுகவாசமும் இருந்தால் மட்டும் போதுமா? புகழ்ப் பசி நெஞ்சில் அரிப்பெழுப்பியது. அரசியல், கலை,சமூகசேவை என்று பெயர் பண்ணுவதில் அக்கறை காட்டினார் முதலாளி. அவருக்குச் சரியான துணையாகச் சேர்ந்தார் சிவசைலம்.

'முதலாளி புன்னைவனத்தின் மூளை சிவசைலம்' என்று சிலர் சிறப்பாகக் கூறுவதுண்டு.

'ஓகோ. அதுதான் முதலாளி ஐயாவின் மேன்மாடி சதா காலியாகத் திகழ்கிறது போலும்! அவர் மூளை தெருவிலும் பஸ்ஸிலும் ஹோட்டலிலும் சினிமாத் தியேட்டரிலும் திரிகிற போது வேறு எதை நாம் எதிர்ப்பார்க்க முடியும்!' என்று தாமோதரன் கெண்டை பண்ணியது உண்டு இவ்விஷயம் முதலாளி காதுவரை எட்டியிருந்தது.

சிவசைலம் 'பொடிப்பயல்! அவனைப் பொடிப் பொடியாக ஆக்கி ஆடிக்காற்றிலே தூவிவிடமாட்டேனா!' என்று கறுவிக் கொண்டிருந்தது தாமோதரனுக்கும் தெரியும்.

அன்பர் சிவசைலம் தான் வாழ உதவாமல் பிறர் மட்டும் சுகமாக வாழ்வதைக் காணச் சகியாதவர்.

தேவையுள்ளவனுக்குத்தான் பணம். நமக்குத் தேவை இருக்கிறது. தேவையில்லாமல் அளவுக்கதிகமாகச் சேர்த்த வைத்திருப்பவன் பணம் பெட்டியில் பூட்டிக் கிடப்பதை விட நமது தேவைக்குப் பயன்பட்டால் என்ன கெட்டுவிடப்போகிறது!' என்ற உயர்ந்த கொள்கை உடையவர். அமெச்சூர் நாடகங்களில் அமோகமான பற்றுதலிலிருந்தது காதல் என்று சொல்லக் கூடிய அளவு பற்றுதல், சினிமா வந்த பிறகு அந்தக் காதல் சினிமா மீது காமமாக வளர்ந்துவிட்டது.

சினிமாவில் நடிக்க வேண்டும் என்ற மோகம் ஆளையே மாற்றி விட்டது. வாழ்க்கையிலே நடிக்க ஆரம்பித்து விட்டார் அவர்! அதை அவர் கலையாகச் செய்ததனால், தோழர் நடிப்பதை வாழ்வென்று மயங்கினார்கள் மற்றவர்கள். நிஜவாழ்வின் செயல்களை நடிப்பு என்று கருதினார்கள். அவர் சொல்லிலும் செயலிலும் எது நடிப்பு, எதெது வாழ்க்கை உண்மை என்று நிர்ணயிக்க முடியாமல் திணறித் தோல்வியை ஒப்புக்கொண்டு விட்டார்கள் - ஆசாமியின் போக்கே இதுதான்!' என்று முடிவு கூறி அங்கு மிங்கும் அலைந்து அவதிப்பட்ட அன்பர் சிவசைவம் கடைசியில் புன்னைவனத்தைச் சரணடைந்தார். 'பய புத்திசாலிதான் ஒரு மாதிரியான புளியங்கொம்பைப் பிடித்துக் கொண்டான் இனிமேல் அவனை யாரும் அசைக்க முடியாது' என்று சிலர் விமரிசனம் கூறினார்கள். அதைப் பொய்யாக்க முயலவில்லை சிவசைலம். அவர் வார்த்தைகளில், அவர் திறமையில் புன்னை வனத்துக்கு நம்பிக்கையும் மதிப்பும் ஏற்பட்டன அவர் சொல்கிறபடி எதையும் செய்வது என்று மாறிவிட்டார் அவர்.

தோன்றாத் துணையாய் நண்பனாய், வழி காட்டியாய் வந்து சேர்ந்த சிவசைலம் தான் வாழ்வதுடன் தன்னை நம்பியவரையும் வாழ வைப்பது என்ற உறுதி பூண்டு உழைத்தார். அவர் யோசனை தான் "கந்தர்வ கலா மண்டபம்' அமைப்பது, அது வெற்றிகரமாக நிறைவேறியது.

'குறையின்றி நிறைவேற வேண்டிய விழாவில் தான் திருஷ்டிப் பரிகாரம் போல் வீணன் தாமோதரன் வேண்டாத வேலை பண்ணிவிட்டான். சிறு கலவரம் விளைந்து விட்டது. அவனை மிஞ்சவிடப்படாது. சரியானபடி பாடம் கற்பிக்க வேண்டும்' என்று தீர்மானித்து விட்டார். சிவசைலம்.

அவர் தீர்மானம் செய்தது முதலாளி புன்னைவனத்துக்குத் தெரியாது. இரவில் வெகுநேரம் மனதைக் குழப்பிக் கொண்டிருந்த அவருக்கு திடீரென ஞானோதயமும் தூக்க உதயமும் ஏற்பட்டன. காலை உதயமாகி வெகு நேரமான பிறகும் விழிப்பு பிறக்கவில்லை. முதலாளி கண்விழித்த போது மணி ஒன்பது இரவில் பளிச்சிட்ட எண்ணமே நிறைந்திருந்தது அவர் உள்ளத்தில். பொறியாய் மேலே போய் வண்ண வண்ணப் பூப் பொறிகளாக உதிர்த்து விஸ்வரூபமெடுக்கும் வாணம்போல் அந்த நினைப்பு பெரியதாய், அகண்டதாய், அற்புதமாய் கிளைத்து மலர்ந்து குலுங்கித் திகழ்ந்தது 'சிவசைலத்திடம் இதைச் சொல்ல வேண்டும் உடனே செயல் புரியும்படி ஏற்பாடுகள் செய்யவேணும் என்ற துடிப்புடன் தனது

அன்றாட அலுவல்களின் ஈடுபட்டார் முதலாளி. அதற்குள் வந்துசேர்ந்தார் அன்பர் ஆலோசகர் அனுபவ ஞானி சிவசைலம்!

8

முதலாளி புன்னைவனம் எதையும் நிதானமாகத் தான் செய்வார். தூங்கி எழுவதற்குக் காலையில் ஒன்பது, ஒன்பதரையாகி விடும் குளித்து பூஜையில் உட்கார்ந்தாரென்றால், இந்த உலக நினைப்பு பெற்று பூஜை அறையை விட்டு வெளிவருவதற்குள் மணி பதினொன்றாகிவிடும். உடனே அருமையான சாப்பாடு. அதை முடிக்க அரைமணி நேரமாவது வேண்டும். ஒவ்வொரு காரியத்திலும் இப்படித்தான். அவருக்குப் பிடிக்காத விஷயங்களில் 'அவசரம்' என்பதும் ஒன்று.

ஆனால் சிவசைலத்தின் ஜீவனே 'அவசர'த்தில் தான் இயங்கிக் கொண்டிருந்தது பொதுவாகவே, காத்திருப்பது அவருக்கு வேதனை. இன்று முக்கிய விஷயம் வேறு இருந்ததனால் அவர் பொறுமையை யிழந்துவிட்டார். புன்னைவனம் பூஜை செய்து கொண்டிருந்த இடத்திற்கே போனார். வழக்கத்திற்கு விரோதமாக முதலாளி பூஜையை வேகமாக முடிப்பதில் முனைந்திருந்தார்.

'அஹஹ, சிவபூஜையில் கரடியோ?' என்று கனைத்தார் சிவசைலம் 'வாழ்க்கையை நாடக மேடை ஸ்டைலிலே வாழ்ந்தால் வாழ்க்கையில் ரசம் அதிகமிருக்கும். அலுப்புத் தட்டாது. நேற்றையப் போல இன்று. முந்தா நாளைப் போல நேற்று என்ற தன்மை இருக்காது' என்பது அவரது ஞானோபதேசங்களில் ஒரு துணுக்கு.

கைலாசம் போக விரும்பிய ஔவையார் இப்படித்தான் விழுந்து விழுந்து பூஜை செய்தாளாம். 'அம்மையே, அவசரப்படாதே! நாமிருக்கப் பயமேன் என்று அருள்புரிய வந்தாராம் பிள்ளையார் அந்த ஸீன்தான் ஞாபகம் வருகிறது' என்றார் சிவசைலம்.

பேசப்படுகிற பேச்சு ஒவ்வொன்றுக்கும் எதிரொலி வேண்டும் என்று யாரும் எதிர்பார்ப்பதில்லை. தனது பேச்சை

மற்றவர்கள் கேட்கவேண்டும் என்ற ஆசை எல்லோருக்குமே உண்டு தனது பேச்சைத் தானே கேட்டு மகிழ்ந்து அதனால் மேலும் அதிகமாகப் பேசித் தொண தொணக்கும் 'போரடிப்பு'களுக்கும் குறைவில்லை. அத்தகைய மனிதர்களிலே ஒருவர் தான் அன்பர் சிவசைலம்.

முதலாளியின் பேச்சை எதிர்பார்க்காமல் அவரே பேசினார்; 'சரியாக வேலை செய்திருக்கிறேன். மேடையிலே சூரத்தனம் பேசியமடையனுக்கு நமது வீரத்தனம் காட்டுவதில் தடையேதும் உண்டோ? அஹஹ்ஹா!'

தமிழ்நாட்டு நாடகம், சினிமா இவைகளையே தம் வாழ்க்கை லட்சியமாகக் கொண்டு விட்ட சிவசைலம் இவ்விதம் 'வசனம்' பேசுவதைக் கேட்டு யாரும் அதிசயிப்பதற்கில்லை.

'ஏது இன்றைக்கு உற்சாகம் தாங்க முடியவில்லையா?' என்று கேட்டு வைத்தார் புன்னைவனம். இருவரும் தனி அறையில் வந்து உட்கார்ந்தனர். 'ஒரு முக்கிய விஷயமாய் பேசணும் என்பதற்காக உங்களுக்கு ஆள் அனுப்புவதற்கிருந்தேன். அதேசமயத்தில் நீங்களே வந்து விட்டதாகத் தெரிந்தது' என்று சொன்னார்.

'நாடகத்து நாரதர் போல! அவர் குணமே அதுதானே? நினைப்பதற்கு முன்னால் ஓடி வந்து நிற்பார். இல்லையா?'

'அவன் கெட்டான்! நாம் இந்தப் பயல் தாமோதரனைச் சும்மா விடப்படாது...' என்று தொடங்கினார் முதலாளி.

'விட்டேனா பயலை! வைத்தேனே வேட்டு!' என்று சிவசைலம் நாவலித்ததைக் கேட்டுத் திடுக்கிட்டார் புன்னைவனம். 'என்ன, ராவோடு ராவாத் தீர்த்துப் போட ஏற்பாடு பண்ணிவிட்டீங்களா?' என்று பதறினார்.

'அப்படிச் செய்வேனா; எதையுமே நாடக ஸ்டைலிலே செய்தால் நல்லது பாருங்க. அவன் ஸ்டன்டுக்கு எதிர் ஸ்டன்ட் - அவ்வளவுதான். இந்த நேரத்திற்கெல்லாம் பயல் அரண்டு

போய் கிடப்பானா; சும்மாவா! நம்மை லேசாக நினைத்துவிட்டான் போலிருக்கு! தமது சாதனை பற்றிய எண்ணத்தின் மகிழ்விலேயே சொக்கிக் கிடந்தார் அவர்.

ஆனால் விஷயம் அறியாத புன்னைவனம் ஆத்திரப்பட்டார். என்ன? என்ன? என்று.

'நீங்கள் மனோகரன் டிராமா பார்த்திருக்கிறீர்களா? நம்ம அமைச்சூர் குரூப்பிலே அந்த டிராமா பிரமாதமாக யிருக்கும்!'

'விஷயத்தைச் சொல்லாமல் நீங்க!' என்று இழுத்தார் முதலாளி.

அதுக்கு வராமல் போவேனா! இது முன்னுரை. அதிலே மனோகரன் வாளை உருவும் போதெல்லாம், மனோகரா, விடுவாளை என்று ஸ்டைலாகச் சொல்லிக் கொண்டு விஜயம் செய்யும் பாத்திரத்தை நான் தான் நடிப்பேன். பிரமாதமாக இருக்கும். அப்படி தம்பி தாமோதரன் வாலாட்டும் போதெல்லாம் - தாமோதரா துள்ளாதே! இதோ இருக்குது கத்தி என்று எச்சரிக்கை நோட்டீஸ் அவனுக்குக் கிடைக்கும் அப்புறம் அவன் பயத்தினாலேயே செத்துப் போக மாட்டானா செத்து?' தனது அபாரமான திட்டத்தை எண்ணிப் பிரமாதமாகச் சிரித்தார் அவர்.

ஆனால் முதலாளிக்கு அது பிரமாதமாகப் படவில்லை என்பது அவர் முகத்திலேயே தெரிந்தது.

நீங்கள் சொல்லும் போது அருமையாகத் தானிக்கிறது. ஆனால் நடைமுறையில்? ஏதோ புத்தகத்திலே கதையிலே படிக்க நன்றாயிருக்கும். இதைக் கண்டுதானா அவன் பயப்படப்போகிறான் என்று முனங்கினார் அவர். தனது எண்ணத்தை சிவசைலத்திடம் சொல்லலாமா வேண்டாமா என்ற தயங்கினார் புன்னைவனம்.

'போனால் போகிறது!' என்று பெரிய மனது பண்ணி சிவசைலம் கேட்டு வைத்தார், 'ஆமா நீங்க வேறெ என்ன செய்யலாமென்று நினைக்கிறீங்க?' என்று

புன்னைவனம் சிறிது நேரம் யோசனையில் ஆழ்ந்திருந்தார்.

'திடீரென்று எனக்கு அப்படித் தோன்றியது. அவன் வெறித்தனமாக உளறிக்கொண்டு திரிகிறான் பாருங்க. அதனாலே ஆசாமி குடித்துவிட்டுத் தான் அப்படி நிதானம் தவறிப் பிதற்றிக்கொண்டு அலைகிறான் என்று அம்பலப்படுத்தினால் பலரும் நம்பாமலா போவாங்க? அவனுக்குத் தெரியாமல் அவன் வீட்டிலே கொஞ்சம் புட்டிகளைக் கொண்டு போய் வைத்துவிட வேண்டியது. அப்புறம் கள்ளச் சாராயம் வைத்திருக்கிறான் என்று வசமாகச் சிக்கிக் கொள்ளும்படி செய்துவிடலாம். என்ன நான் சொல்வது?' என்று கேட்டார் அவர்.

'நல்ல யோசனைதான். அவசியமானால் இதைக் கையாளலாம். அநாவசியமாக நீங்கள் அந்த வீணனைப் பற்றி நினைத்து வீண் பொழுது போக்க வேண்டாம் அவனை நான் கவனித்துக் கொள்கிறேன்' என்று அபயமளித்தார் சிவசைலம்.

9

வாழ விரும்பியவள் அவள். ஆனால் வாழ்க்கை அவளுக்கு நல்வழி வகுத்துக் காட்டவில்லை.

வாழத் தெரியாதவள் என்று மற்றவர்கள் சொல்லலாம். அது தவறான மதிப்புரை. வாழ முடியாதவள் அவள். வாழத் தெரியாத வர்களின் சொல்லும் செயலும் தந்த தொல்லைகளினால் வாழ முடியாமற் போனவள் அவள். வாழ்க்கை வசதிகள் வஞ்சிக்கப் பெற்றுள்ள கோடி கோடிப் பேர்கள் நிறைந்த மனித சமுத்திரத்திலே ஒரு சிறு துளி.

அவள் தவறிழைக்கவில்லை. அவள் வழுக்கிவிழவில்லை. மணமாகி மாங்கல்யம் இழக்கவில்லை. காலம் எற்றிவிட்ட ஏறு அலைமீது தவழ்ந்து, சந்தர்ப்பம் இழுத்துவிட்ட இறங்கு அலையோடு கீழே சரிந்து விட்டவளல்ல. அவள் வாழவேயில்லை.

வாழும் ஆசையிருந்தது. வாழத் துடித்தாள். ஆனால் வழியடைத்துவிட்டன சுற்றமும் சூழலும். சுவரெழுப்பி நின்றது பிறர் மீது படிந்த பழியின் நினைவு.

அவள் களங்கம் அல்ல. சிறுமையின் சின்னம் அல்ல. அவமான அவதாரம் இல்லவே இல்லை. ஆனால் அவளைக் களங்கமாய், மலர்ச்சியாக சிறுமையின் சிருஷ்டியாய், அவமானத்தின் மதிப்பிட்டனர் வாழத் தெரியாத வாழ விரும்புகிறவர்களையும் வாழவிடாத - மடையர்கள்.

தம் குறை மறந்து பிறர் குறையைத் தம்பட்டமடிக்கிற மனித சமுதாயத்திலே இருக்கின்ற சிறு குறைகளைக் கூடப் பேயாய், பூதமாய் பயங்கரமாய் வரைந்து காட்டுகிற வர்க்கத்திலே, இல்லாத தவறுகளைப் பெரும் பழியாய் சிறுமையாய் சீரழிவாய்ச் சித்திரிக்கிறவர்கள் நிறைந்த சூழ்நிலையிலே அவள் வாழ முடியாமல் போனது அவள் தவறே அல்ல.

அவளுக்கு வயது இருபது. அவள் காலத்தை எதிர்த்து வாழ்ந்து விடலாம் என நம்பினாள். ஆனால் சந்தர்ப்பங்கள் சதி செய்து விட்டன. வாழ விரும்பி, முன்னேற்றத்திற்குத் திட்டமிடுகிறவர்களை அமுக்கித் தன் இஷ்டம் போல் பிடித்துத் தள்ளிச் சின்னா பின்னப்படுத்துகிற சதிகார கால வேகத்தின் முன்னிலே துணையற்ற அபலை எவ்வளவு சமாளித்து நின்று விட முடியும்?

அவள் பொறுத்துப் பார்த்தாள். சகிப்புத் தன்மையும், வாழ்வின் கசப்பும் அவளுக்கு சிரிக்கும் பண்பை அளித்தன. அவள் சிரிப்பிலே மனநிறைவின் இனிமையில்லை. இதயக் குமுறலின் தகிக்கும் அனலே மின்னியது. அவள் சிரிப்பு பிறர் உள்ளத்தில் சூடெழுப்பும் நெருப்பு. வாழ்க்கை வெயில் அவள் உள்ளத்தைக் காளவாயாக மாற்றி விட்டது. காலம் அங்கு குளுமை பிறக்க வகை செய்யவில்லை.

அவள் தனியள் துணையெனும் பெயரால் நெருங்கி அவளைப் பாழ்படுத்தி விடலாம் என்று எண்ணிய கள்ள நெஞ்சினருக்குக் கணக்குக் கிடையாது. ஆனால் அவள் விழித்திருந்த புதுயுக மங்கை, பிறரது பாச்சாப் பலிக்கவில்லை. அவள் துணையிலாள். அவளுக்கு உதவி செய்வதாகச் சொல்லி ஏமாற்றி அவளைச் சிறுமையில் தள்ளி விடலாம் என ஆசை கொண்ட குள்ள மனத்தினர் பலர். ஆனால் அவளது குணநிறைவு அவளுக்கு அரணாக நின்றது. அணுக முடியாதவர்கள் அவள் போக்கை எண்ணிச் சீறினர்.

அவள் பெண். யுவதி. அனுபவமில்லாதவள். ஆகவே தங்கள் இஷ்டம்போல் எற்றியோ நகர்த்தியோ, ஆட்டியோ அலைக்கழிக்கக் கூடிய சொக்கட்டான் காயாக மாற்றி விடலாம் அவளை. இவ்விதம் எண்ணியவர்கள் எவ்வளவோ பேர். எனினும் அவளது உள்ளத்தின் உறுதி அவர்கள் எண்ணத்தில் மண்ணைப் போட்டது.

அவள் இஷ்டம்போல் - தங்களை நாடாமல்; தங்கள் தயவை எதிர்பாராமல், தங்கள் சொல்லுக்கும் செயலுக்கும் தலை

வணங்காமல் தங்களை அலட்சியப்படுத்தியபடியே - வாழ்ந்து விடுவாளோ என்று அஞ்சினர் பிறர் அது அநீதி எனப் பொருமினர். பொங்கி எழுந்தனர். பொறாமை கொண்டனர். பூசினர் களங்கச் சாயம், வீசினர் பழிச் சொல். எறிந்தனர் பாபச் சுமையை.

அவள் பாபம் செய்யவில்லை. ஆனால் அவள் பிறப்பு பாபத்தின் ஊற்றுக்கண் என்றார்கள்.

அவள் கறையை விதைக்கவில்லை. ஆயினும் அவள் மீது கறை படிந்துவிட்டது அவளை பெற்றவர்களின் செயலினாலே என்று கூக்குரலிட்டனர்.

அவள் களங்கமற்றவள். எனினும் அவள் களங்கத்தின் விளைவு என்று குற்றம் சாட்டினார்கள். அதனால். அவள் சமுதாயத்தின் காளான், தர்மத்தின் கறையான். ஆகவே நல் வாழ்வு அவளுக்குக் கிடையாது என்று ஆரவாரித்தார்கள்.

அவளைக் கெட்டவளாக மாற்ற விரும்பிய கெட்டவர்கள் நல்லவர்கள் போல் நடித்து அவள் பிறப்பினால் கெட்டவள், ஆகவே பெயரினாலும் கெட்டவளே என்று தீர்ப்புக் கூறிவிட்டார்கள் அந்நிலையில் கூட, அவள் உண்மையாகவே கெட்டுப் போகத் தயாராகயிருந்தால் அவளுக்குப் பணமும் புகழும், அன்பும் உபசாரமும், கௌரவமும் உறவும் ஏராளமாகவே கிடைத்திருக்கும். அதை அவள் விரும்பவில்லை.

நல்லவை வாழ்ந்து உயர முடியாத இந்தச் சமுதாயத்திலே, கெட்டவை ஓங்கி வளர்ந்து படாடோப ஆட்சி புரிவதைக் கண்டு குமைந்த அவள் தான் வாழ முடியாது என்று நினைத்தாள். பின் தன்னை அழித்து விடுவது தான் வாழ்க்கைக் கணக்குக்கு தான் காணும் விடை என்று முடிவுகட்டினாள் வாழவிடாத சமூகமும் காலமும் யாரையும் எளிதில் சாகும்படி விடுவதுமில்லை என்பது அவளுக்குத் தெரியாது.

சாகத் துணிந்தாள். உயிராசை தயக்கத்தை விதைத்தது. அவள் தயக்கம் அவனை விழிப்புறும்படிச் செய்தது அவன் அவளைச் சாகவிடாமல் தடுத்துவிட்டான்.

அவள் பெயர் குமுதம்.

அவன் தான் தாமோதரன்

சாகாதே என்று தடுத்தான். வாழ வழிகாட்டினானா? ஏன் வாழ வேண்டும்- இல்லை; ஏன் சாகக்கூடாது என்று காரணம் கூறினானா? கிடையாது.

அவளைச் சாவுக் கிடங்கிலே பாய்ந்து விடாதபடி பின்னின்று இழுத்தான். அவளைப் பின்னுக்கிழுத்த உயிராசைக்குத் துணை புரிவது போல சாகத் துணிந்து விட்டாலும், உண்மையிலேயே சாக விரும்பாத. செத்துப்போகும் துணிவைப் பெறாத, குமுதம் மகிழ்வுற்றாள் பிழைக்க முடிந்ததே என்று தான். மரணத்தைத் தழுவி ஓடினும் மனிதன் ஒருவன் தன்னைத் தடுத்து விட்டான் என்று சொல்லிக் கொள்ள முடியுமே!

ஆனால் இனி என்ன செய்வது என்ற பிரச்னை தேயாமல் நின்றது. அதை அவள் ஓட்டவில்லை. விரட்டி விட முடியுமா? அவள் அவனிடம் கேட்கவில்லை.

அவள் எண்ணம் குழம்பிய உள்ளத்தினளாய் நடந்து கொண்டிருந்தாள். வேதனையே துணையாக முன் சென்றாள். விடிவின் ரேகை வெளுத்த கீழ்வானத்திலே சிரித்தது. சிரித்த வெள்ளிகள் பறித்த பூக்கள் போல் மாயக்கூடை எதிலோ பதுங்கிவிட்டன. ஒளி சிரித்தது உலகெலாம். தென்றல் சிரித்தது குளுமையாக. பறவைகள் சிரித்தன விதவித ஒலிகள் எழுப்பி ஊர் முழுவதும் சிரித்தது உயிப்பைச் சிலிர்க்க வைத்து!

குமுதம் சிரித்தாள். தானாகவே சிரித்துக் கொண்டாள், அவள் உள்ளத்தில் வெடித்த எண்ண மலர் ஒன்றின் தன்மையை உணர்ந்து.

அவளுக்கு ஒரு கதை நினைவிலெழுந்தது. புராணம் என்ற பெயரிலே கதைத்த அளப்புகளில் ஒரு ரிஷி யாகத்திலே பூதம் ஒன்றை உருவாக்கினான். பஞ்சவரை அழித்துவிட்டு வா என்று ஏவினான் எதிரியிடம் கூலி பெற்றிருந்த அத்தவசி எண்ணம் பலியாமல் போனால் உன்னையே கொன்று விடுவேன் என்று சொல்லிப்போனது பூதம் நச்சுப் பொய்கை ஓரத்திலே செத்தவர்கள் போல் கிடந்தார்கள் சாவிற்கு ஆளாக வேண்டியவர்கள். தாடி முனி ஏய்த்துவிட்டான் என உறுமியது பூதம். திரும்பி வந்தது, ஆக்கியவனையே அழித்துவிட்டது. நல்ல கதை! வரம் கொடுத்தவன் தலையிலேயே கை வைத்தவர்கள் கதைகளுக்குக் குறைவு ஏது? 'நானும் அப்படி மாற வேண்டியது தான் போலும்!' என்று நினைத்தாள் குமுதம்.

'சாக வந்தவளைச் சாகாதே என்றாய். வாழ வழி காட்டு. இல்லையெனில் உன்னை பழி சேரும்' என்று பயமுறுத்த வேண்டியது தான். இப்படி எண்ணவும் அவளுக்குச் சிரிப்பு பொங்கி வந்தது. அவள் சிரித்தாள், விண்ணும் மண்ணும் பேரொளியால் புத்துயிர்ப்பால் சிரித்துத் திகழ்ந்த வேளையிலே.

10

தாமோதரனுக்கு என்றுமே ஒரு வருத்தம் உண்டு. 'இந்த வாழ்க்கை சாரமற்றது; அதில் விசேஷங்கள் நிகழ்வதில்லை. தொலையட்டும். விபத்துக்கள் கூட அல்லவா எதிர்ப்பட மாட்டேன் என்கிறது!' என்று அவன் அடிக்கடி குறிப்பிடுவது வழக்கம். ஒரே இரவில் விசேஷங்களும் விபரீதங்களும் வந்து சேர்ந்தபோது அவன் மகிழ்ந்தானா? அதை அவனாலேயே புரிந்து கொள்ள முடியவில்லை. குழப்பம்தான் மூடுபனிபோல் கவிந்து கிடந்து அவன் உள்ளத்தில்.

இரவில் வெகுநேரம் தூங்காமலிருந்து, குறிப்புப் புத்தகத்தைப் புரட்டிக் கொண்டிருந்து விட்டு, ஆவலுடன் 'ஆவிச் சேர்த்துக் கட்டிக் கொண்ட அருமைத் துயிலில் தன்னை மறந்து கலந்துவிட்ட தாமோதரன் காலையில் எழுந்தபோது மணி ஏழரையாகியிருந்தது.

'சே. ரொம்பநேரம் தூங்கிவிட்டோம் இன்று செய்து முடிக்க வேண்டிய அவசியத் திருப்பணி எதுவுமில்லை. ஆகையினாலே...' என்று எண்ணத்தை ஏலத்தில் விட்டுவிட்டது மனம்.

எழுந்து சோம்பல் முறித்து நின்ற அவன் பார்வையில் எதிரே பரப்பிக்கிடந்த குறிப்புப் புத்தகம் பட்டது. 'இன்றைக்காவது, குறிப்புகளை எழுதிவிடவேண்டும். எத்தனையோ நாட்களாக எழுதவில்லை வரவர நான் ஒரு பெரிய சோம்பேறியாகி வருகிறேன்!' என்று தனக்குத் தானே போதனை புரிந்தான் தாமோதரன்.

அதன் பயனாக அன்று பகலில் அவனது குறிப்புப் புத்தகத்திலே பல பக்கங்கள் கரியாயின! தனது சிருஷ்டியைத் தானே ரசித்து மகிழும்போது எழுதிய பரிபூரண திருப்தியுடன் அவன் படித்துக் கொண்டிருந்தான்.

கலை, கலாசேவை, கலை உயர்வுக்காகப் பாடுபடுதல் என்று ஒரு சிலர் கூச்சலிடுவது உண்மையில் சுயவிளம்பர மோகத்தினால் தான்.

இன்று பெரும்பாலான மக்கள் வாழவேயில்லை 'ஒருநாள் கழிந்தது' என்ற கணக்கிலே - இன்றையப்பாடு தீர்ந்தது இனி நாளைக்கு எப்படியோ என்ற பெருமூச்சுயிர்த்து நாளோட்டிக் கொண்டிருக்கிறார்கள்.

சிலர் வாழ முயல வேண்டும் என்று விரும்புகிறார்கள். அவர்களுக்கோ அன்றாட வாழ்க்கைத் தேவையைப் பூர்த்தி செய்து கொள்ளக்கூடிய வசதிகள் கூட இல்லை. உயிர் வாழ்வதற்காகப் போராடி உழைத்து உழைத்து உடலோய்கிறவர்களின் முயற்சிகளும் உழைப்பும் வாழவேண்டும் என்ற ஆசைக்கு அமைக்கப்படுகிற அடித்தளமாகத் தான் அமைகின்றன. ஆகவே, வாழ்க்கை வசதிகள் வஞ்சிக்கப் பெற்றுவிட்டவர்களை வாழ்கிறார்கள் என்று சொல்ல முடியாது.

வாழ்க்கைக் கவலையே பெருங்கவலையாக இருக்கும் பொழுது அவர்கள் வாழ்வை உயர்த்த முயல்கிற கலை, இலக்கியம் முதலியவற்றில் முழு மனதுடன் ஈடுபடுவார்கள் என்று எதிர்ப்பார்ப்பது பேதமை.

வாழ முடியாத மக்களுக்கு வாழவேண்டும் என்று கனவு நிறைந்த உள்ளத்தினருக்கு வாழ்வின் ஒவ்வொரு நாளும் வேதனையாய், சோதனையாய் திகழ்கிறது. வாழ்க்கை வெயிலால் தகிக்கப்படுகிறவர்கள் உள்ளத்தினாலாவது நிழலருமை உணர முயல்கிறார்கள். அன்றாட அனுபவக் காலத்திலே வரண்டு போகிற உள்ளத்திற்கு குளுமை என்ற மயக்கத்தைத் தரும் போதைச் சரக்குகளாகத்தான் உள்ளன இன்றைய சினிமா, நாடகம், இலக்கியம் முதலிய கலைகளும் அரசியலும் பிறவும்.

வாழ்வு மூட்டைப்பூச்சிக் கடிகளை மறக்கச் சிலர் கஞ்சா, சாராயம், கள் போன்ற சரக்குகளை உபயோகித்து போதை

ஏற்றிக்கொள்வது போல, காம போதையிலே பலர் கிரங்கிக் கிடப்பதைப் போலவே, கலைகளும் பயன்படுகின்றன.

மனிதன் விசித்திரமான பிராணி ஒன்றில் மட்டுமே திருப்தியடைந்து விடுவதில்லை. விதவித உணர்ச்சிகளின் நிறைவாக இருப்பதனால் பலவிதமான பசிகளும் எழ இடமிருக்கிறது. ஒவ்வொருவனும் ஒவ்வொருத்தியும் தனித் தனிரகம் அதனால் உலக அரங்கிலே வெவ்வேறு விதமான பண்பாடுகளை, ஆசைகளை, குழப்பங்களை, வெறித்தனங்களை, இவற்றின் விபரீத விளைவுகளைக் காண முடிகிறது.

பசிகள் பலவிதம். வயிற்றுப்பசி. எல்லோருக்கும் பொது. அதற்கடுத்தது ஆண், பெண் உறவுப் பசி. குழந்தை வேண்டும். குழந்தையோடு கொஞ்ச வேண்டும் என்பது கூட ஒரு பசிதான், பணப் பசி, புகழ்ப் பசி, அறிவுப்பசி, கலைப் பசி - கணக்கிட்டுச் சொல்ல முடியாது போ!

பெரிய மனுஷத்தனத்தின். வெளிச்சம் போடுதலின், வீணத் தனங்கள் புரிவதின், சேவை, கட்சி, கழகம், பொதுத்தொண்டு தலைமை தாங்குதல் என்றெல்லாம் தலைதூக்குதலின் அடிப் படைக்காரணம் ஒன்றே ஒன்றுதான். 'தன்னை' உலகுக்கு உணர்த்த வேண்டும். 'தான்' இருப்பதை எவ்வளவு பேர் உணரமுடியுமோ, அத்தனை பேரும் உணரும்படிச் செய்யவேண்டும் என்ற ஆசை தான் பசி என்று சொல்கிறாயா? சொல்லிவிட்டுப் போ!

இந்த ஆசை ரத்தத்தோடு ரத்தமாகக் கலந்த பண்பு. குழந்தையோடு கூடப் பிறந்த குணம். அது தினந்தோறும் வளர்ந்து வரும் சக்தி.

குழந்தையைக் கவனித்துப்பார். உன் மனைவியை, உன் சகோதரியை, சகோதரனை - உனக்குத் தெரிந்த எவரையும் நோக்கு. அவர்களது சொல்லிலும் செயலிலும், அவர்களுக்குத் தெரிந்தும் தெரியாமலும் 'தான்' என்கிற சிறப்பை - தன்னை -

பிறருக்கு உணர்த்த வேண்டும் என்ற ஆசை துடிப்பதைக் காண்பாய்.

இந்த ஆசை முதலில் குடும்பத்தினுள் வளர்கிறது. பின் தெருவில், ஊரில், தன் சமூகத்தில், நாட்டில் எங்கும் பிரதிபலிக்கும்படி விஸ்வரூபமெடுக்கிறது. தமிழ்நாட்டிலே புகழெடுத்தவன் இந்தியா பூராவும் தன் பெயர் பரவ வேண்டும் என ஆசைப்படுகிறான். தேசமெங்கும் புகழ் பரவியதும் உலகப் புகழ் பெறவேணும் என்ற ஆசை வளர்கிறது. இதற்கு முடிவே கிடையாது. வளர்ந்து செல்லும் சக்தி இது.

இந்தப் பசியினால் தான் புன்னைவனம் செயல் புரிகிறார். அவருக்குத் துணையாக சிவசைலமும் தொண்டாற்றுகிறார்.

பணத்தோடு பணம் சேரும் புகழோடு புகழ்சேரும் பணம் இருந்தால் சுலபமாகப் புகழை விலைக்கு வாங்கிவிடலாம். புகழ் மாத்திரம் கிடைத்தால் பயனில்லை. பணமும் கிடைக்காது உயிர் வாழவும் முடியாது.

சிலசமயம் தனது புகழ் தனக்கே வினையாவது முண்டு. உண்மையைச் சொல்லவேண்டும், எனக்குச் சரியென்று பட்டதை நான் சொல்வேன் என்று கிளம்புகிற என்னைப் போன்றவர்களுக்கு புகழ் கிடைக்கும். பணம் வராது. ஆகவே பட்டினி கிடக்கவேண்டியது தான். 'நாம்' இருப்பதை உணர்த்தி வருகிறோம் என்ற பெருமை தற்சிறப்பு மோகம் - திருப்தி தரலாம். ஆனால் அது வயிற்றை நிரப்பி விடாது. வாழ்க்கை வசதிகளைப் பெற்றுத் தராது.

'கந்தர்வ கலா மண்டபம்' உண்மையில் ஜம்பக் கலைக்கூடம் தான். புகழும் பணமும் பண்ணத் துணை புரியும் சுரங்கம் வாழ்க்கை வசதிகள் வஞ்சிக்கப்பட்டவர்களது போதையைத் திருப்தி செய்வதற்காகப் படமும், கூத்தும், சதிரும் ஆடப்போகிற அரங்கம்.

அதன் உண்மைத் தன்மையை உணர்ந்தும், அதை நிர்மாணித்தவர்களின் நோக்கத்தை அறிந்திருந்தும், 'நான் கும்பலிலே கோவிந்தா போடவேண்டும் எனப் பிறர் எண்ணுவார்களானால் அவர்கள் என்னை உணர முடியாதவர்களே!

"பார்த்தீரா, இது கூடத் 'தன்னைச்' சிறப்பாக எடுத்துக்காட்ட முயலும் வீணத்தனத்தின் விளைவுதான்!"

எழுதியிருப்பதைப் படித்த தாமோதரன் சிரித்தான். அவனது நண்பன் ஒருவன் சொன்ன வார்த்தைகள் அவன் நினைவில் மிதந்தன.

தாமோதரா,நீ ஒரு புதிரோ இல்லையோ; ஆனால் ஒன்று மட்டும் நிச்சயம் புதிராக வாழ ஆசைப்படும் நீ மற்றவர்களை உன்னைப் புதிர் என்று மதிக்கவேண்டும் என்பதற்காகவே பிறருக்குப் புரியாத காரியங்களைச் செய்து வருகிறாய் என்பது நன்கு தெரிகிறது. அதனாலேயே மற்றவர்களால் உன் அந்தரங்க நோக்கத்தைப் புரிந்து கொள்ள முடியாதபடி விசித்திர வார்த்தைகளைச் சிதறுகிறாய் என்று நினைக்கிறேன். சில சமயம் உன்னை நீயே சரியாகப் புரிந்து கொள்ளவில்லை - உணர முடிவதில்லை என்று எனக்குத் தோன்றுகிறது!'

நண்பனின் விமர்சனம் நினைவுக்கு வரவும், அவன் உள்ளம் சிரித்தது. அதன் மலர்ச்சி அவனது உதடுகளிலும் நெளிந்தது.

'என்ன தோழரே, தனியாக உட்கார்ந்து கொண்டு நீராகவே மகிழ்கிறீரே! இந்த மேதாவிக்குணம் இந்நேரத்தில் உம்மிடம் பிரதிபலிக்கக் காரணம் என்ன?' என்ற பேச்சு அவனைத் திடுக்கிட வைத்தது. திரும்பிப் பார்த்தான்.

அவனுக்குப் பின்னால் நாற்காலியருகிலேயே அவனது நண்பன் ரகுராமன் நிற்பதைக் கண்டு வியப்புற்று 'நீ எப்ப வந்தாய்? நீ வந்ததே தெரியாதே!' என்றான்.

எப்படித் தெரியும்! நீ தான் உலகத்தையே மறந்து உனது யோசனையில் ஆழ்ந்து விட்டாயே. சுற்றிலும் நடக்கிறது உனக்கு எங்கே தெரியப்போகிறது!' என்று சிரித்தான் நண்பன்.

'நான் உலகத்தை மறந்துவிடவில்லை. அதைப்பற்றிஞாபகம் என்றுமிருப்பதானால்தான், உலகம் உருப்படவேண்டுமே என்பதற்காக..."

தாமோதரன் தொடங்கிய பேச்சை முடித்தான் ரகுராமன் நீ உருப்படாத செயல்களைச் செய்து வருகிறாயாக்கும்! என்று.

'நான் உருப்பட்டாலென்ன, உருப்படாமல் போனாலென்ன? யாராவது உருப்படவேண்டும். அதுதான் என் ஆசை' என்று சொன்னான் தாமோதரன்.

'உனது யோசனைகளைக் கேட்டு நடந்தால் எவர்தான் உருப்பட முடியும்! எனக்குத் தோன்றுகிறது. உலகத்தையும் மற்றவர்களையும் பற்றிக் கவலைப்படுவதை நீ விட்டு விட்டு, உன்னைப் பற்றியே நீ கவலைப்படுவது நல்லது. உனது வாழ்க்கை முறைகளைச் சீர்திருத்தி உருப்படியாக வாழ முயல்வது சிறந்தது. அதற்காக உனது ஸ்டன்ட் வேலைகளை மூட்டை கட்டி வைத்து விடவேண்டும். நீ சுயசரிதம் எழுத விரும்புகிறேன் என்றாயே; சுயசரிதை சாரமற்றதாகி விடப்படாது; சுவையுள்ளதாக இருக்கவேண்டும் என்பதற்காக நீ வலிந்து பல விஷயங்களை அவ்வப்போது செய்து முடிக்கத் துடிக்கிறாய் என்று நினைக்கிறேன். அது விபரீதமாக முடிந்தாலும் முடியலாம். உன் சுய சரிதத்திற்குச் சுவையான புள்ளிவிவரங்கள் கிடைப்பதற்குப் பதில் உனது வாழ்க்கைக்கே முற்றுப்புள்ளி குத்தப்படலாம். எதற்காக பலரது விரோதத்தை வீணாகச் சம்பாதித்துக் கொள்ளவேண்டும்? நேற்று இரவு விழாவிலே நீ அப்படிப் பேசியதனால் உனக்கு என்ன லாபம் ஏற்பட்டுவிட்டது? அநாவசியமான, உமது பாஷையிலேயேதான் சொல்ல வேண்டியிருக்கிறது வருத்தம் - வீணத்தனம் என்றுதான் குறிப்பிட வேணும்' என்று பேசி நிறுத்தினான் நண்பன்.

'ரொம்ப சந்தோஷம் இதைப் படித்துப் பார்த்துக் கொள்' என்று தான் எழுதி வைத்த குறிப்பை அவனிடம் நீட்டினான். அப்பொழுதுதான் அவனுக்கு நினைவு வந்தது. அந்தப் பெண்ணைப் பற்றி எதுவுமே எழுதவில்லையே என்று. அப்படிப் பார்த்தால், இரவில் நடந்தது எதையுமே பற்றிக் குறிக்கவில்லையே; பொதுவான அளப்பாகத்தானே இருக்கிறது அந்தக் குறிப்பு. இவ்விதம் குறுகுறுத்த மனதுக்குச் சமாதானம் கூறிக்கொண்டான். 'நானென்ன டயரியா எழுதுகிறேன்! எனது எண்ணங்களைத் தானே குறித்து வைக்கிறேன்' என்று.

மீண்டும் விடை தெரியாப் புதிர்கள் அவன் உள்ளத்திலேயே குமிழிட்டன. அவள் யார்? அங்கு ஏன் வந்தாள்? தற்கொலை செய்து கொள்ளத்தானா? ஒருவேளை, எச்சரிக்கைக் கடிதத்தை வீசியவர்களுக்குத் துணை ஆளாகவே இருப்பாளோ அவளும்? இருக்கலாம் அல்லது இல்லாமலும் போகலாம்.

எதை உறுதியாகத் தீர்மானிக்க முடிகிறது?.... அவன் மனம் குழம்பியதே தவிர, தெளிவு பிறக்கவில்லை.

இரவில் நடந்தவற்றைப் பற்றி, அந்தப் பெண்ணைப் பற்றி ரகுராமனிடம் சொல்லலாமா வேண்டாமா என்ற புதிய பிரச்னை வேறு தலை தூக்கியது. 'இதையெல்லாம் இப்பவே சொல்லப்படாது: அவசரப்படுவானேன்! பிறகு எப்பவாவது சொல்லிக் கொண்டால் போச்சு' என்று முடிவு செய்தான். பிறகு, தானே தனது தீர்மானத்திற்கு ஒரு திருத்தம் கொண்டு வந்தான் எச்சரிக்கை நோட்டீஸை மட்டும் காட்டுவது என்றுதான்.

குறிப்பைப் படித்து முடித்த நண்பன் சொன்னான்: 'நீ சொல்வது சரிதான். ஆனால் இந்தவிதமான கருத்துக்களுக்காக உம்மை யாரும் பாராட்டப் போவதில்லை!'

'பாராட்ட வேண்டாமே!'

'ஏசுவார்கள். தாக்குதல்கள் தான் நிறையக் கிடைக்கும்.'

றொம்ப நல்லது. எனது எண்ணங்கள் எவ்விதமான எதிரொலியும் எழுப்பாமல் ஒடுங்கி விடுவதை நான் விரும்பு வதில்லை. பலரது கவனத்தையும் கவரவேண்டும். பாராட்டுதல்களை மட்டுமே எதிர்பார்த்துப் பயனில்லை. யாரும் சுலபமாகப் பாராட்டுகள் வழங்க மனமிசைவதில்லை. ஆனால் ஏசுவதை எல்லோரும் அபாரமாகச் செய்யத்தயாராகயிருக்கிறார்கள். ஆகவே, ஏச்சோ புகழ்ப்பேச்சோ எதாகயிருந்தால் என்ன, என் பெயர் அடிபடவேண்டும். அது தான் முக்கியம்.

'அதனால் நீர் அடிபட நேராமல் முன் ஜாக்கிரதையாக இருக்க வேண்டியதும் அவசியமே!' என்றான் ரகுராமன். இருவரும் சிரித்தார்கள். நண்பனிடம் சிவப்பு எழுத்து எச்சரிக்கையைக் காட்டினான் தாமோதரன். அறையினுள் அது எப்படி வந்தது, யார் போட்டது என்று எதுவுமே தெரியாது எனவும் சொன்னான்.

ரகுராமன் முகத்திலே கவலை படிந்தது. "தாமோதரன், ஆபத்து நெருங்கி வருகிறது. நீ என்றும் போல் விளையாட்டுத் தனமாக இருப்பது நல்லதல்ல. உயிரையே பணயமாக வைத்து விபரீதங்கள் புரிவது மகிழ்வளிக்கும் பொழுது போக்கு ஆகாது" என்றான்.

'நான் செய்வனவெல்லாம் சும்மா ஜாலியான பொழுது போக்குகள் என்றா நினைத்துக் கொண்டிருக்கிறாய்! அது தப்பு. அவை எனது தொழில், வாழ்க்கை எல்லாமே தான். தெரியுமா?' என்று சொல்லிச் சிரித்தான் தாமோதரன்.

'எப்படியும் தொலையட்டும். இப்போ நாம் ஜாலியாக ஊர்ச் சுற்றப் போகலாமே' என்றான் ரகுராமன்

இருவரும் சென்றார்கள்.

தாமோதரன் வீடு திரும்பும்பொழுது இரவில் எட்டுமணிக்கு மேலாகிவிட்டது. கதவைத் திறந்து விளக்கேற்றியதும் அங்கு

நிறைந்த ஒளி அறை நடுவே கிடந்த ஒரு பொருளைப் பளிச்செனக் காட்டியது.

'ஏதேது! நமது அறை இப்பொது அற்புதங்கள் முளைக்கும் படமாக மாறிவிட்டது போலிருக்கே!' என்று நினைத்தபடி அதை எடுத்துப் பார்த்தான். நீண்ட கவர் அதனுள் கையெழுத்துப்பிரதி. பல பக்கங்கள்.

'சரிதான். பத்திரிகை எதற்கோ அனுப்பவேண்டிய கதையை யாரோ தவறுதலாக எனக்கு அனுப்பி வைத்திருக்கிறார்கள்! அல்லது பல பத்திரிகைகளுக்குப் போய் திரும்பி வந்ததை நானும் தான் படித்துப் பார்க்கட்டுமே என்ற நல்லெண்ணத்துடன் இங்கே கொண்டு வந்து போட்டிருக்கிறார்கள் போலும்!' என்று நினைத்தான்.

யார் அந்தப் புண்ணியவான் எனப் பெயரைத் தேட முயன்று கண்டுபிடித்ததும் 'அடடா., புண்ணியவான் என்று சொன்னது தப்பு; புண்ணியவதி என்றல்லவா குறிப்பிட வேண்டியிருக்கிறது என்று தன் நெஞ்சுக்கு அறிவுறுத்தினான். கதையுடனிருந்த கடிதத்தில் 'குமுதம்' என்று கையெழுத்திட்டிருந்ததே இதற்குக் காரணம்.

கடிதத்தைப் படித்த தாமோதரன் உள்ளத்தில் ஆசை துடிதுடித்தது. 'அட அவளா! அவள் பெயர் குமுதமா? அவள் வாழ்க்கைக் கதையாமே இது!' என்று வாசித்து உண்மையை உணரும் முயற்சியில் பரபரப்புடன் ஈடுபட்டான் அவன்.

11

தாமோதரனின் கவனிப்பைப் பெறுவதற்காகக் கிடந்த கையெழுத்துப் பிரதியுடன் ஒரு கடிதமும் இருந்தது. அதில் குமுதம் இவ்விதம் எழுதியிருந்தாள்: 'என்னைச் சாகவிடாமல் தடுத்ததற்காக உங்களுக்கு நான் நன்றி தெரிவிப்பதா அல்லது வருத்தம் அறிவிப்பதா என்றே எனக்குப் புரியவில்லை. நான் வாழ வேண்டியிருக்கிற வருங்காலம் முழுவதிலும் சமய சந்தர்ப்பங்களுக்கேற்ப இரண்டில் ஒன்றை நான் உங்களுக்கு அர்ச்சித்துக் கொண்டேயிருப்பேன் எனது நன்றி கூறலோ வசைபாடலோ அவ்வப்போது உங்களுக்கு நேரடியாகக் கிடைக்காமல் போகலாம். என்றாலும் நான் உங்களையும் உங்கள் செயலையும் மறந்துவிட முடியாது. இனிவரும் எனது வாழ்க்கைக்கு நீங்கள் தான் பொறுப்பு. அதனால் என்னுடைய பூர்வ கதையையும் நீங்கள் தெரிந்து கொள்வது நல்லது. என் வரலாறு இத்துடன் உள்ளது. திடீரென்று உங்களை என் வாழ்க்கைப் பாதையில் குறுக்கே (சனியன் போலவா, தேவதூதன் மாதிரியா என்பதைக் காலம்தான் நிர்ணயிக்க முடியும்) கொண்டு வந்து நிறுத்திய சந்தர்ப்பம் இனியும் நமது எதிர்பாராத சந்திப்புக்குத் துணை புரியாமலா போய்விடும்! பார்த்துக் கொள்ளலாம் -குமுதம்

இக்கடிதம் அவனுக்குச் சிரிப்பு அளித்தது, கடிதம் சுவையாகத் தானிருக்கிறது; அவளது வாழ்க்கையின் கதி எவ்விதமிருப்பினும், அதை ரசமாக எழுதியிருப்பாள் என்று தோன்றுகிறது என எண்ணினான் தாமோதரன். அப்புறமென்ன? அதைப் படிக்க வேண்டியது தானே!-

'நான் சினிமா நட்சத்திரமல்ல. அதனால் எனது வாழ்க்கை வரலாறு பற்றி யாரும் அக்கறை காட்டப் போவதில்லை. நான் அரசியல் தலைவியோ, அதிகப்பிரசங்கியோ அல்லது வேறு எவ்விதத்திலும் பெயரும் பெரியதனமும் பெற்றுவிட்ட நபரோ அல்ல. ஆகவே எனது சுய சரித்திரம் எத்தனை பேர்

கவனத்தைக் கவரும் என்று எண்ணிப் பார்க்கவேண்டிய அவசியமே கிடையாது.

எனது வரலாற்றை நான் எழுதி வைக்கத் துணிந்தது பிறருக்கு எச்சரிக்கையாக உதவட்டுமே என்ற நோக்கத்தினால் அல்ல. வாய்விட்டுப் புலம்புவதை விட, காகிகத்தில் எழுதி எழுதி எனது மனப்புழுக்கத்திற்கு மாற்றுக் காணலாமே என்ற ஆசையினால்தான்.

சிலசமயங்களில் நான் ஏன் பிறந்தேன் என்ற ஏக்கம் என் நீங்காகத் துணையாகி வேதனை எழுப்புகிறது. பிறப்பு என் ஆட்சியில் இல்லை. ஆகவே எனது பிறப்பை நானே தவிர்த்திருக்க முடியாது. இதனால் அடுத்த கேள்வியாக நெஞ்சை உறுத்திக் கொண்டிருக்கிறது நான் ஏன் உயிரோடிருக்கிறேன் என்பது.

வாழவேண்டும் என்ற ஆசை ஒவ்வொருவருக்கும் இயல்பானது தான். ஆனால் வாழ முடியவில்லையே. வாழ முடியாதவர்களும் வாழ்கிறவர்களும் சேர்ந்து சில வேளைகளில், வாழ விரும்புகிற பிறரை நசுக்கிக் கொன்றுவிட முயல்கிறார்களே - அதற்கு என்ன சொல்வது!

மனிதர்கள் சேர்ந்து வாழ்கிற பொழுதே பரஸ்பரம் போராடியும், சித்திரவதை செய்தும் சாகடித்தும் தாம் மகிழ்ந்து போவதில் அதிக உற்சாகம் காட்டுகிறவர்கள் என்றே எனக்கு தோன்றுகிறது. தங்கள் இனத்தைத் தாங்களே தின்று வாழும் சில ஜந்துக்கள் மாதிரிதான். ஆனால் ஒரேயடியாக விழுங்கி ஒழித்துக் கட்டிவிடுவதில்லை மனிதர்கள் கொஞ்சம் கொஞ்சமாக விதம் விதமாக - மற்றவர்களைத் துன்புறுத்தி இன்பம் காண்கிறார்கள்.

நான் ஏன் உயிர்வாழ வேண்டும்? சாகத் துணிவு இல்லாததுதான் முக்கிய காரணம் நான் வாழ முடியவில்லையே. நான் அறியாத பாவத்தைப் பழியாக என்மீது சுமத்தி, என்னையே களங்கமாக - காளானாக மதிக்கிறார்களே அதற்கு நான் என்ன செய்வது?

இன்றைய நிலையிலே நான் நல்லவளாக வாழ முயல்வது குற்றம் உன் பிறப்பினால் நீ கெட்டவள். (உண்மையிலேயே, என்னைப் பெற்றுவிட்டவர்கள் கெட்டுப்போனவர்கள் தானா? அது வேறுவிஷயம்) ஆகவே நீயும் கெட்டு நாசமாவதற்கு தடையென்ன என்று யாரும் வெளிப்படையாகக் கேட்கவில்லை. பலரது பார்வையும் சிலரது செயலும் இந்த எண்ணத்தையே பிரதிபலிக்கின்றன.

இந்த சமுதாயத்தில் யோக்கியமானவர்கள் உருப்பட முடியாது. நல்ல பெயரும் எடுக்க முடியாது என்று எனக்கு நிச்சயமாகத் தெரிகிறது. எனக்கு அதிக அனுபவமில்லை. இப்பொழுது எனக்கு வயது இருபத்துமூன்று தான். என்றாலும் இக்குறுகிய கால அனுபவமே எனக்கு எவ்வளவோ கற்றுத் தந்துள்ளது.

முழு மோச வாழ்க்கை நடத்தினாலும் அவர்களிடம் பணமும் பிறர்கண்களைக் கூச வைக்கும் படாடோபமும் இருப்பதனால் பலரை வியந்து பாராட்டுகிறது இந்த உலகம் போற்றிப் புகழ்கிறது சமுதாயம். பக்தியும் பஜனையும் பாடத் தயங்குவதில்லை எண்ணற்ற மனிதர்கள். சினிமாக்காரிகளை அவர்கள் நடத்துகிற வாழ்க்கையை கவனித்தாலே இது நன்கு விளங்குகிறது. சமூகத்தில் மிகச்சிலரேயான சினிமாச் சிங்காரிகளின் போக்கு வாழ வேண்டும் என்ற துடிப்புள்ள எத்தனையோ பெண்களைச் சீரழியும்படி தூண்டுகிறது. அந்தப் பகட்டுக்காரிகளை எவரும் பழிப்பதில்லை. கெட்டவள், சமூக அஸ்தஸ்து குறைந்தவள் என்று சமுதாயம் ஒதுக்கி விடுவதில்லை. காரணம் அவர்களிடம் பணமும் புகழும் கூடி விட்டதுதான்.

ஆனால் யோக்கியமாக வாழும் என்னைப் போன்ற அபலைகளுக்குப் பிறப்பினால் வசதிகள் வஞ்சிக்கப் பட்டிருக்கிற காரணத்தினாலே வாழ்க்கையும் மறுக்கப்பட வேணும் என்று மதிக்கிறார்கள் எண்ணற்றோர். நீ கௌரவமாக வாழ அருகதையற்றவள் என்று பழிக்கிறார்கள். விபசாரி மகள் என்று ஏசுகிறார்கள். விபசாரியின் மகளும்

விபசாரியாகத்தான் வாழ வேண்டும் என்பது என்ன நீதியோ. தெரியவில்லை! அது கிடக்க, என் தாய் விபசாரிதானா? இல்லை என்று அறிவு உறுதி கூறும். ஆனால் குள்ள மனத்தினர் அங்கீகரிப்பதில்லை.

தாலி கட்டிக் கொண்டால் தான் - அல்லது வேறு ஏதாவது சின்னங்கள் அணிந்து வாழ்ந்தால் தான் - கணவன் மனைவி என்று சமூகம் மதிக்கும். இல்லையெனில், வாழ்க்கை ஒப்பந்தம் என்று பத்திரப்பதிவு செய்து கொள்ள வேண்டும். பெரியோர்கள் நிச்சயித்த படி சுபயோக சுபதினத்தில்' தர்மங்களின் சாட்சியாகக் கணவன் மனைவியாகி வாழ்கிறவர்களின் சந்ததிக்குத்தான் உரிய அந்தஸ்து உண்டு இந்த சமுதாயத்திலே. ஒரு மனப்பட்டு வாழ்வதே திருமணம் என்று துணிந்து உண்மை அன்புகொண்டு புனித வாழ்வு வாழ்ந்தாலும் விபசாரமாகவே கருதப்படுகிறது மனிதவர்க்கத்திலே. தர்ம முறைப் படி கல்யாணம் செய்து கொள்கிறவர்களில் ஒரு சிலர் இருளிலே களங்கம் புரிந்தாலும் கூட, தர்மமும் அந்தஸ்தும் அவர்களுக்கும் அவர்கள் குழந்தைகளுக்கும் பாதுகாப்பளிக்கத் தயங்குவதில்லை. ஆ ஆனால் உண்மை அன்பிலே, உயர்ந்த வாழ்விலே, பூத்த அன்புச் சின்னங்கள் குப்பையில் வளர்ந்த செடிகளின் புஷ்பங்களாக அலட்சியப்படுத்தப்படுகின்றன இது சமூக தர்மப்படி நியாயமாக இருக்கலாம். ஆனால் தனிமனிதத் தன்மைக்கு உயர்வு அளிப்பதில்லை.

எனது தாயும் தந்தையும் முறைப்படி திருமணம் புரிந்து கொள்ளவில்லை. அந்தக் காலத்தில் அவர் அவளைக் கல்யாணம் செய்து கொள்ளத் துணிந்திருந்தால், உறவினர் இடம் கொடுத்திருக்க மாட்டார்கள். குலகௌரவம், அந்தஸ்து, செல்வாக்கு என்றெல்லாம் மனிதர்கள் பிரமாதப்படுத்துகிற பண்புகள் மனிதத்தன்மைக்கு உலைவைக்கத் தயங்குவதில்லையல்லவா! கலப்பு மணம் பெரிய பாபமாக மதிக்கப்பட்ட அந்தக் காலத்தில், ஜாதி உயர்வு தாழ்வுகள் பூஜிக்கப்படுகிற சமுதாயத்தில் குலம் விட்டுக் குலம் மாறிக் கொள்வினை கொடுப்பினை செய்வது இழிசெயலாக

மதித்தவர்கள் மிகுந்த ஊரிலே என் தந்தை எங்கோ வளர்ந்த யாரோ ஒரு பெண்ணைக் கல்யாணம் செய்து கொள்வதை ஆதரிக்க முன்வராதது அதிசயமல்ல. அவர்கள் அப்பிராயத்தைச் சட்டை பண்ணாமல் என் தந்தை செந்திப்பெருமாள் எனது தாய் சிவகாமியைத் தனது வாழ்க்கைத் துணைவியாக ஏற்றுக் கொண்டது துணிந்த செயலாகும். பிறகும் உற்றாரின் தூற்றுதல்களைக் கவனிக்காமல் அவர்களிருவரும் வாழ்க்கை நடத்தியதும் அவர்களின் துணிந்த பண்புக்கு நல்ல சான்றாகும்.

எனது தந்தையைப் பழித்த சுற்றத்தாரும் ஊர்க்காரர்களும் என் தாயை 'வைப்பு. வைப்பாட்டி' என்று குறிப்பிட்டனரே தவிர, அவரது மனைவி என்று கூற மனமிசையவில்லை. என் தந்தையின் செயலை விரும்பாத அவரது பெற்றோர் அவருக்கு உரிய சொத்தை மனமு வந்து கொடுக்க மறுத்துவிட்டனர். அதற்காக அவரும் என் தாயும் வருந்தவுமில்லை. அந்த அன்புத் தம்பதியின் செல்வ மகளாக பிறந்து வளர்ந்த எனக்கு வேறு துணையில்லாமல் போயிற்று எதிர்பாராத விபத்து ஒன்றில் சிக்கி மடிந்தார் என் தந்தை அதே ஏக்கத்தினால் ஒரு சில மாதங்களிலேயே எனது தாயும் இறந்தாள். அப்பொழுது எனக்குப் பதினைந்து வயது.

அதற்கு முன்னரே எனக்கு உற்றார் உறவினர் மீது வெறுப்பு வளர்ந்து வந்தது. என் தாயை அவமதிப்பாகப் பேசியதும். அவர்களின் மகள் என்பதனால் என்னை அலட்சியமாகக் கவனித்ததும் என் பிஞ்சு மனதிலே நீங்காத வடுவைப் பதித்து விட்டன. அவளுக்கு மகள் பிறந்திருப்பது சரியான புத்தி கற்பிக்கத்தான். அவன் அந்த மூதேவியை யாருக்கு கல்யாணம் செய்து கொடுத்து விடுவான், பார்க்கலாமே! சொத்து சுகமிருந்தாலும் ஏதோ ஏழை எளியவனைப் பார்த்துக் கட்டிக் கொடுத்து வீட்டோடு வைத்துக் கொள்ளலாம். அவனுக்கு அதற்கும் விதியில்லை. சரியான படிதிண்டாடப் போகிறான்!' என்று பலரும் இழிவாகப் பேசியது என் காதிலும் விழுந்தது.

என் தந்தையும் தாயும் இறந்த பிறகு என் நிலைமைதான் மிக்க கஷ்டமுள்ளதாயிற்று. 'இனி இந்தச் சவமும் அம்மாவைப் போலவே எவனோடாவது ஓடிப்போகும். இல்லையென்றால் இஷ்டம்போல் கண்டவன் கூட அலைந்து கெட்டுப் போகும்' என்று வாழ்த்தினார்கள் எல்லோரும். அவர்கள் நம்பிக்கையில் மண்ணை அள்ளிப் போட்டுவிட்டு, நான் உயர்ந்தவளாய் நல்வாழ்வு வாழ்வது என உறுதி கொண்டேன். மணமாகாதவளாக வாழ நேரினும் சரியே; புனிதையாய் வாழ்வது என்று தீர்மானித்தேன்.

என் தந்தை விட்டுச் சென்றிருந்த பணம் நான் மேலும் படிப்பதற்கு உதவியது. அப்புறம் நான் வாழ ஏதாவது வேலை பார்த்தாக வேண்டுமே? ஆசிரியையாக மாறினேன். பள்ளிக்கூடத்தில் கற்றுக்கொடுப்பது போக, ஓய்வு நேரங்களில் குழந்தைகளுக்குப் பாடம் சொல்லித்தர முயன்றபோது என் காதில் விழுந்த பேச்சுகள், அம்மம்மா!

இருந்திருந்தும் இவளிடமா நம்ம பிள்ளைகள் படிக்க வேண்டும்! அப்புறம் உருப்பட்ட மாதிரித்தான்! இவள் புத்தி தான் பெண்களுக்கும் உண்டாகும். விபசாரி பெத்த மகள் தானே! இவள் மட்டும் எப்படி நல்ல பெயரெடுத்து வாழப் போகிறாள்!' - இந்த ரகமான விமர்சனங்களே மலிந்து பரவின. இப்பேச்சுகளை கேட்கும் போது என் இதயத்தில் எழும் கொதிப்பை அளவிட முடியாது.

எனது பிறப்பினால் என்மீது நீக்கமுடியாக் கறை படிந்திருப்பதாக மற்றவர்கள் நம்பி விட்டனர். என்னையே கறையாக, கொடிய நோயாகப் பாவித்தனர். பாவம் எதுவுமறியாத குழந்தைகளின் நெஞ்சிலே கூட விஷவித்து விதைத்து வந்தனர். அதனால் அவர்கள் என்னைக் காணும் போது புரிந்துகொள்ள இயலாத ஒரு பூச்சாண்டியைக் கண்டு மிரள்வது போல் ஒதுங்கி ஓடுவது இயல்பாயிற்று இதையெல்லாம் கவனிக்க கவனிக்க என் உள்ளம் குமுறியது குமுறிக் குமைந்து புகை கக்கி என்ன பயன்? தன்னையை தீய்த்துக் கொள்வது தவிர வேறு என்ன செய்துவிட முடியும்?

எனது பிறப்பினால் என்னை ஒட்டிக்கொண்ட மாசு வெறியர்களுக்கு உரிமையளிப்பதாக எண்ணிவிட்டார்கள் போலும்! பள்ளிக்கூட நிர்வாகிகளில் சிலர் காலித்தனமாகப் பார்க்கவும் பேசவும் சிரித்து ஜாடை காட்டவும் துணிந்தனர். நான் சீறிச் சினந்ததும் நீ பெரிய பத்தினிமவ, தெரியாதாக்கும்!' என்று நகைத்தனர். வதங்கிய என் இதயம் கருகியது குறையா வேதனை வளர்ந்தது

நிர்வாகிகளின் மனப்பண்பும் போக்கும் எனக்குப் பிடிக்காத தனால் நான் அந்த வேலையை விட்டுவிட்டேன். உயிர்வாழ வேண்டுமே? என்னென்னவோ அலுவல்களில் ஈடுபட்டேன். எங்கு போனாலும், எந்த வேலை பார்த்தாலும், எனது பிறப்பு பழிதரும் நிழலாகவே என்னைத் தொடர்ந்தது. அது காரணமாக பலரது சின்னத்தனங்களும் அம்பலமாயின. இதனாலெல்லாம் எனக்கு வெறுப்பு அதிகரித்தது. மனக்கசப்பு பூத உருவெடுத்தது. என் உயிரைக் குடிக்கும் கடுநோயாக மாறியது.

வாழ வழியில்லை பிழைப்புக்கு இடமில்லை. உயிர் வாழ ஆசையிருந்தது.வாழலாம், எனது தனித்துவத்தைத் துறந்துவிட்டால். என் தன்மானத்தை மண்ணிலே புதைத்து விட்டால், நானே களங்கமாக மாறிவிட்டால்!

சுகமும் பாக்கியங்களும் வந்துசேரும், நான் பிறரது இன்பத்துக் குத் துணை புரியும் கருவியாக என்னை மாற்றிக் கொண்டால்! நான் போற்றிவந்த புனிதத் தன்மையை இல்லாதாக்கி விட்டால்!

தினசரி வாழ்க்கையே வேதனையாக மாறிவிடும்போது, வாழ்விலே இன்பம் காண்பது எப்படி? அன்றாட வாழ்க்கைத் தேவைகளைத் தேடிக் கொள்ள முடியாது திணறுகிற பொழுது சுகமாக வாழ் வசதிகளைப் பெறுவதெங்கே?

எனக்கு உயிராசை இருக்கிறது. சுகமாக வாழவேண்டும் என்ற எண்ணம் வளர்ந்து வருகிறது. ஆனால் சந்தர்ப்பங்கள் வகை

செய்யவில்லை. சூழ்நிலை உதவவில்லை. ஆகவே என்னை நானே அழித்துக் கொள்ள விரும்புகிறேன்...'

இத்துடன் முடிந்துவிட்டது குமுதத்தின் குறிப்புகள். படித்து முடித்த தாமோதரன் பெரு மூச்செறிந்தான்.

அவள் ஒரு பிரச்னை. சமுதாயத்திற்கே சவாலாக உள்ள ஒரு பெரிய பிரச்னை. அவள் வாழத்தான் வேண்டும். அவளைச் சாகவிடாமல் காப்பாற்றியது நல்லதாயிற்று' என்று பேசியது உள்ளம்.

- அவளாகவே முயன்றும் வாழ முடியவில்லை என நம்பிக்கை இழந்துவிட்ட போது நீ மட்டும் அவளுக்கு எவ்விதம் உதவி செய்து விட இயலும்? உன்னால் அவள் மீது வீண் களங்கம் ஏற்படாமல் வேறு கவனிக்க வேண்டுமே!

இந்த நினைப்பும் உடனெழுந்தது. இரவிலே சாகத் துணிந்த அவளுடன் பேசி நின்றதை மறைவாகப் பதுங்கியிருந்து கவனித்த கயவர்கள் அவ்வேளையிலேயே இழிவாகப் பேசியது அவன் எண்ணப்பரப்பிலே குமிழாய் வெடித்தது. அவர்கள் யாரோ? தன்னைப் பழிவாங்க வேண்டும் என்ற நோக்கில் வந்து, பரிகசிப்பிற்கு உள்ளாக்கத் தகுந்த துருப்புச் சீட்டு கிடைத்து விட்டதாக மனமகிழ்ந்து திரும்பியிருக்கலாம். அவர்கள் என்ன செய்வார்களோ!

தாமோதரன் உள்ளத்தில் மீண்டும் கொந்தளிப்பு ஏற்பட்டது. அவனுள் பம்மிக் கிடக்கும் வெறுப்பு மனித வர்க்கத்தின் மீது கவியும் கரிய விஷமேகமாக மாறி விடுமோ என்று அவன் அடிக்கடி எண்ணுவது உண்டு. காலமும் சூழ்நிலையும் அவன் மனக்கசப்பை மனிதவர்க்கத்தைப் பாழ்படுத்தத் துணைபுரியும் தீய பண்பாக வளர்த்து தன்னையே தீயனாக மாற்றி விடுமோ என்ற நடுக்கம் அவனுக்கு எழுவது உண்டு.

'நல்லவர்கள் வாழமுடிவதில்லை. மனிதர் மனிதராக வாழ வழியில்லை' என்று முனங்கினான் அவன். தான் என்ன செய்யவேண்டும். எப்பொழுது சாப்பிடலாம் என்பன

போன்ற அவ்வேளைய பிரச்னைகளை மறந்துவிட்டு நித்தியமாய் நிலைத்து நிற்கும் பல புதிர்களிலே சிந்தனையை அலையவிட்டு இயக்கமற்று உட்கார்ந்து விட்டான் தாமோதரன்.

12

அன்பர் சிவசைலம் பக்திமானா: அல்லது பம்மாத்துக்காரனா என்பதை எளிதில் புரிந்துகொள்ள முடியாது. புனிதப்பொருள் என்று கருதப்படுகிற வெண்பட்டு உடுத்து, மேலே பட்டாடை போர்த்துத்திகழும் அவர் கழுத்தில் துளபமணிமாலை தொங்கும். அவர் நெற்றியில் குங்குமப் பொட்டு சதா மிளிரும். சில்லறைத் தனமாகப் பேசத் தயங்காத அவர் மணிக்கணக்கிலே சிவபூஜை செய்வதும் உண்டு. கடவுளிடம் தனக்கு அதிக பக்தி; அதைப் போலவே கடவுளுக்குத் தன் மீது ரொம்ப அன்பு என்று பெருமையாகச் சொல்லித் திரிவார் அவர்.

அப்பொழுது தான் அவர் திருப்தியாய்ச் சாப்பிட்டு முடித்து. வயிற்றின் மகிழ்வை நீண்ட ஏப்பமாக ஒலிபரப்பியபடி நாற்காலியில் சாய்ந்திருந்தார். வயிற்றப்பர் முனங்காமல் இருப்பதற்காகவோ வெறும் வாய்க்கு வேலை கொடுப்பதற்காகத்தானோ அவர் வெற்றிலை போடும் பணியில் தீவிரமாக ஈடுபட்டார்.

அவரைத் தேடி வந்து, ரகசியமாகச் செய்திகள் சொல்லிவிட்டு விடைபெறக் காத்து நின்றனர் இருவர். முந்திய இரவிலே இருளோடு இருளாகச் சென்று தாமோதரனுக்கு எச்சரிக்கைச் சீட்டை வெற்றிகரமாகச் சமர்ப்பித்த வீரத்தனத்தைப் பற்றித்தான் பெருமை யாகச் சொல்லி முடித்தார்கள் அவர்கள். அவரது பாராட்டுதலையும் கொஞ்சம் சில்லரைக் காசையும் பெற்றுப் பல்லைக் காட்டி நின்றனர்

திடீரென்று நினைவிலே ஒளி தெறித்தது போல் 'இன்னொரு விஷயம், எஜமான்' என்று தொடங்கினான் ஒருவன்.

'என்ன?' என்று உறுமினார் சிவசைலம்.

'தாமோதரன் நேற்றிரவு ஒரு காதல் நாடகம் நடித்துக் கொண்டிருந்தான்' என்று இழுத்தான் அந்த ஆள்.

'காதல் நாடகமா? சகுந்தலையா அல்லது பவளக்கொடியா?' என்று கேட்டு வைத்தார். எப்பொழுதும் நாடகம் சினிமா முதலியவைகளைப் பற்றியே எண்ணி மகிழும் அனுபவஸ்தர்.

'அந்த மாதிரி நாடகமில்லை. நிஜமாக அவன் ஒரு பெண்ணுடன்...'

'என்னது!' என்று நிமிர்ந்தெழுந்து நாடகமேடை ராஜாமாதிரி ஸ்டைலாக உட்கார்ந்த சிவசைலம் 'இதை அப்பொழுதே ஏன் சொல்லவில்லை? என்ன நடந்தது? யார் அந்தப் பெண்?' என்று படபடத்தார்.

அவள் யாரோ தெரியாது. இருட்டுநேரம் பாருங்க. இனம் தெரியலே!!

'பின்னாலேயே போய் யாரென்று பார்த்து வருவதற்கென்னடா மடையா?' என எரிந்து விழுந்தார் அவர்.

'நாங்க போகலாம்னு தான் பார்த்தோம். ஆனால் அது நமக்கு முக்கியமில்லை பாருங்க!' என்று பணிவுடன் அறிவித்தான் அந்த நபர்.

யாரு அப்படிச் சொன்னது? உனக்கு நீயே மந்திரியாகி எத்தனை காலமடா ஆச்சு, அட மந்தியே! அஞ்சி பலம் இஞ்சி தின்ற பஞ்சைப்பயல் மாதிரி முழிக்கிறாயே, உனக்கு மூளை இருக்காடா மடையா? அது முக்கியமில்லையாம். கண்டு புடிச்சிட்டாரு பெரியவரும்' சிவசைலம் மார்க்கண்டேயன் நாடகத்தில் எமன் வேஷம் போட்டவர் என்பதை இதுமாதிரிச் சந்தர்ப்பங்களில் தானே காட்ட முடியம்! ஆகவே காலை ஓங்கித் தரையில் மிதித்தும், கையை மேஜைமீது குத்தியும் அமர்க்களப்படுத்தினார் அவர்.

இருட்டிலே பின்னாலே போனாலும் கஷ்டம் தான். திருடன் கிருடன்னு அவள் கத்தி தொலைத்தால் ஆபத்து. நம்ம காரியங்களுக்குக் குந்தகம் ஏற்பட்டு...

'நிறுத்து! அளக்காதே!' என்று சீறினார் சிவசைலம். 'பயம் பயம்! மனிதனைச் சாகடிப்பதே பயம் தான். ஹஹஹ்ஹ! இரவிலே பயந்து விட்டு, இப்பொழுது வந்து காது குத்த, அடேய்' உனக்கு என்ன தைரியமடா பயலே!' என்று கத்தினார். நாரத வேஷக்காரனைப் படாதபாடு படுத்திய படாடோப இரண்யனாக மேடையிலே நடித்தவர் வாழ்க்கையிலே இவ்வளவு கூட நடிக்கவில்லையென்றால், அவர் பெற்ற அனுபவமெல்லாம் என்னாவது!

இதுவரை மண்ணாந்தை போல் நின்ற மற்றவன் வாய்திறந்து பேசினான்; 'ராத்திரியிலே கண்டுபிடித்திருக்க முடியாதுதான். அதனாலே ஒண்ணும் கெட்டுப்போகலே. இன்னிக்கு சாயங்காலம் நான் அந்தப் பக்கம் வந்தேன். அப்போ தாமோதரன் வீட்டிலே இல்லை. அந்தப் பெண் ஜன்னல் வழியாக உள்ளே எட்டிப்பார்த்து விட்டுத் திருப்பியதை நான் பார்த்தேன்.

'பார்த்தியா! பேஷ். அதை ராஜாங்க ரகசியம் மாதிரி பாதுகாப்பது என்று நீயாகவே நிச்சயம் செய்து விட்டாயாக்கும்?'

'இல்லை எசமான். வந்து...' என்று புடதியைச் சொறிந்தான் அவன்.

'இல்லையாவது நொள்ளையாவது! அந்தப் பெண் யாருன்னு தெரியுமா?' என்று கேட்டார் அவர்.

'அந்தப் பொண்ணுதாங்க. ஒரு வேலையிலே நிலைச்சிருக்க மனமில்லாமே வாத்தியாரம்மா, டைப்பிஸ்டு, ஒரு வீட்டிலே குழந்தைக்குத் தாதியாக - இப்படிப் பல வேலை பார்த்துக் காலம் கழிக்கலே? வயசென்ன. இருபது இருபத்து மூணு இருக்கும். பார்க்கிறதுக்குக் கொஞ்சம் லெட்சணமாகத் தானிருக்கும்' என்று 'பாரதம்' படிக்கத் தொடங்கினான் அவன்.

'நிறுத்து! உன்கிட்டே இதை யாரு கேட்டது? ஒன்று கேட்டால் நீ பாட்டுக்கு ஒன்பது பொழிந்து தள்றியே!' என்று அவன்

பேச்சுக்குத் தடை போட்டார். சிறிது நேர மௌனத்திற்குப் பிறகு அவரே தொடங்கினார்; 'உம் அவளா? சரிதான். அப்புறம் என்ன நடந்தது?'

'வீட்டிலே அவன் இல்லை என்று தெரிந்ததும் அவள் திரும்பி விட்டாள்' என்றான் இரண்டாவது ஆள்.

"ஏய். புரியாமல் பேசுறியே. இன்றைக்கு நடந்ததையா கேட்டேன் இப்போ? நேற்று ராத்திரி என்ன நடந்ததுன்னு விசாரித்தால்..."

முதல் ஆசாமி நடந்ததை அவன் கற்பனையில் பதிந்திருந்தபடி எடுத்துச் சொன்னான்.

இரண்டு பேரும் கிணற்றடியிலே தான் நின்றாங்களா? வீட்டுக்குள்ளே போகவேயில்லையா?' என்று வருத்தத்துடன் விசாரித்தார் சிவசைலம்.

'இல்லை. நாங்கள் எச்சரிக்கைக் குரல் கொடுக்கவும் உஷாராயிட்டாங்க. அவள் தன் வீட்டுக்குக் கிளம்பிவிட்டாள்!'

அவர்கள் எதிர்பாராத விதமாக 'லொள்' என்று பாய்ந்து விழுந்தார் சிவசைலம். 'மடையன்கள்! நீங்கள் ரெண்டு பேரும் வடிகட்டித் தெளித்தெடுத்த அசல் நயம் மடையர்கள்தான். அதிலே சந்தேகமே கிடையாது. நீங்க எந்தக் காரியத்தையுமே சரியாகச் செய்யமாட்டீங்க போங்கடா' என்று கத்தி, அவர்களை அனுப்பி வைத்தார்.

ஸ்ரீமான் சிவசைலத்திற்குத் தீவிரமாக யோசிப்பதற்குரிய விஷயம் கிடைத்துவிட்டது. அப்புறமென்ன! என்ன செய்யலாம். அறிந்துள்ள ஆதாரங்களை வைத்துக் கொண்டு என்னென்ன மிரட்டு வேலைகள் செய்ய முடியும் என்று தீவிரமாகத் திட்டமிடுவதில் ஆழ்ந்தார் அவர்.

'இன்னும் கொஞ்சநாளைக்கு எச்சரிக்கைக் கடிதம் அனுப்பி அவனை மிரளும்படி செய்வதுதான் சரி. அவளுக்குக் கூட

திடீரென்று ஒரு நீளக் கடிதம் எழுதவேணும்' என்று எண்ணினார்.

கடிதங்கள் எழுதி அனுப்புவதில் - பயனை எதிர்பாராமல் எழுதிப் போடுவதில் - சிலருக்கு அலாதியான ஆசை உண்டு மொட்டைக்கடுதாசி' எழுதுகிறவர்கள் முதல், பத்திரிகை 'ஆசிரி யருக்குக் கடிதம்' எழுதியனுப்புகிறவர்கள் வரை எல்லோரையும் தோற்கடிக்கும் வகையில் வீர தீர உஷார்க் கடிதங்களும், வெத்துவேட்டு லெட்டர்களும் சிருஷ்டித்து அனுப்பும் திறமை சிவசைலத்திடம் காணப்பட்டது. அதை அவர் பாழடையும்படி விட்டுவிடுவதில்லை. ஆகவே யாருக்கு எப்படி எழுதுவது என்ற துடிப்பு அவர் உள்ளத்தில் நிறைந்து நின்றது.

சிவசைலம் தனது முழுத்திறமையும் பிரயோகித்து அற்புதமான கடிதங்கள் எழுதியிருப்பார். அதற்கு வேண்டிய மன எழுச்சி தலை தூக்கிக் கொண்டிருந்தது. ஆனால், அதை மட்டம் தட்டி ஒடுக்கி விடக் கங்கணம் கட்டி வந்தது போல் குறுக்கிட்டது ஒரு அழைப்பு. முதலாளி புன்னைவனத்திடமிருந்து வந்த அவசர அழைப்புதான்.

கடியாரத்தைப் பார்த்தார் அவர். இரவு மணி ஏழரை. 'வர முடியாது' என்று சொல்லிவிடலாம் என ஒரு மனம் விரும்பியது. ஆனால் உலக அனுபவத்தில் நீந்தித் திளைத்த மனதின் மறுபகுதி அது முறையல்ல என்று போதித்தது அதனால் காத்துநின்ற காரிலேறி வேகயாத்திரை செய்தார் ஆலோசகர்.

13

உணர்ச்சியின் உந்துதலினால் ஒரு காரியத்தைச் செய்துவிட்டு பிறகு அதை நினைத்து மனதைக் குழப்பிக் கொண்டிருக்கும் பண்பு பொதுவாக எல்லோரிடமும் காணப்படுவது. குமுதம் அதற்கு விதிவிலக்கு அல்ல.

உணர்ச்சி கொதிநிலை அடைந்து விட்டதனால் இனி சகித்து வாழ முடியாது. உயிர்க்குமிழி அன்றுடன் வெடித்து விடுவது நல்லது என்று நினைத்தாள் அவள். சந்தர்ப்பம் சாகவிடாமல் துணை புரிந்ததும் 'இதுவும் நன்மைக்கே' என்று நம்பினாள். தன்னைச் சாகாது காப்பாற்றியவன் தனக்கு வாழ வழிகாட்ட முடியுமா? எதற்கும் அவன் தன்னைப் பற்றி அறிந்து கொள்வது நல்லது என்று ஆசைப்பட்டாள்.

அந்த எண்ணம் தூண்டவும் அவனைக்கண்டு தன் கதையைக் கொடுத்து வரக் கிளம்பிய குமுதத்தின் துணிச்சல் சிறிது சிறிதாகத் தேய்ந்துவிட்டது. அவனைச் சந்திக்கப் போவது - தானாகவே முன் செல்வது - நல்லதா என்ற பிரச்னை அவள் உள்ளத்தில் குதித்தது. அவன் நல்லவனாகத்தான் தோன்றுகிறான் என்று நினைத்தாள் அவள். ஆனால் நன்கு பழகத் தெரியவில்லை என அனுபந்தம் இணைத்தது மனம்.

'ஒரு தடவை பார்த்ததுமே நல்லவன் என்று எப்படித் தீர்மானிப்பது. எத்தனையோ பேர்தான் நல்லவர்களாகத் தோன்று கிறார்கள். உண்மையில் எத்தர்களும், ஏமாற்றுக்காரர்களும் தான் அதிகம் என்பது அனுபவத்தின் மேல் தான் தெரிகிறது' என்று புலம்பியது அனுபவச் சூடு பெற்று வதங்கியிருந்த மனம்.

வாழமுடியும் என்ற நம்பினவள்தான் அவள். அதற்காக உழைத்தாள். ஆனால் அவள் ஆசை நிறைவேறும்படி மற்றவர்கள் உதவி புரியவில்லை. துரத்தி வரும் கொடுமையிலிருந்து விலகியோடிப் பதுங்குமிடம் வெவ்வேறு தேடிக்கொண்டாலும், அங்கும் புதுப்புதுக்

கொடுமைகள் பிறப்பதை உணர்ந்து பதறி மீண்டும் உயிர் தப்ப ஓடுகிற பலமற்ற பிராணி மாதிரித்தான் தானும் என எண்ணினாள் அவள். கௌரவமாக வாழ்வதற்காக இடம் விட்டு இடம், வேலை மாறி வேலை என்று அலைந்தாள் அவள். வேலையின் தன்மையும் பெயரும், அதை நிர்வகிப்பவர்களின் உருவமும் போக்கும் விதவிதமாக இருந்தாலும் அடிப்படையில் ஒரே பண்புதான் உள்ளார்ந்து கிடந்தது என்பதை அவள் உணர்ந்தாள்.

எவ்வகையிலாவது பிறரைத் தனக்குப் பயன்படுத்திக் கொண்டு காரியம் முடிந்ததும் ஒதுக்கி விடுவதிலேயே பலரும் கருத்தாக யிருக்கிறார்கள். அவர்களிடையே பழகி வாழ்வது சிரம சாத்தியமானதுதான் 'நல்லவர்' என்றால் ஏமாறத் தகுந்தவர் ஏமாற்றப்படவேண்டியவர் என்றே வாழத் தெரிந்தவர்கள் மதிக்கிறார்கள். அந்நிலையிலே துணையற்ற ஒரு பெண் புனிதையாய் வாழ்வது எப்படி? தன்னையே காத்துக்கொள்வது எப்படி? இதே கேள்விகள் தான் ஒவ்வொரு நாளும் அவளை அலைக்கழித்தன.

அந்தப் பிரச்னைகள் தீர்ந்துவிடவில்லை. இன்னும் அதிகமாக வளரும்.இனி எவ்விதம் வாழ்க்கை நடத்துவது தினசரி பிழைப்பை நடத்துவது எப்படி? எண்ண எண்ண அவளுக்கு மூளைக் குழப்பம் ஏற்படும் போலிருந்ததே தவிர, ஞானோதயம் ஏற்படவில்லை.

பிழைப்பு நடத்துவதற்காக அவள் வேலை பார்த்தாள். ஆனால் தன்மானம் பறிபோவதை அறிந்து ஒவ்வொரு வேலையையும் உதறிவிட்டு வந்தாள். வாத்தியாரம்மா, டைப்பிஸ்டு, கிளார்க்கு என்று லேபிள்கள் அடிக்கடி மாறியும் வாழ்க்கைத்தரம் ஒரே மாதிரி தானிருந்தது. அவள் உழைப்பை விலைக்கு வாங்கியவர்கள் அவளையே விலைக்கு வாங்கி விட்டவர்கள் போல் பேசி நடக்கத் துணிந்தது அவளுக்குப் பிடிக்கவில்லை.

அவள் சிணுங்குவாள். சீறுவாள். எரிந்து விழுந்து ஏசுவாள். இத்தகையவர்கள் வேலை பார்க்க வரக்கூடாது. வீட்டிலே வாசல் படி தாண்டாத பத்தியாக வாழத்தான் லாயக்கு. துணிந்து வேலைக்கு வந்தால் தாராளமாகப் பழக வேண்டியதுதான்!' என்று வழிகாட்டிகள் சிலர் முனங்கினார்கள். அவள் தனிமையில் மனச்சுமை கரைவதற்காக அழுது தீர்த்தாள், நிலைமையைச் சமாளிப்பதே பெரும் வேதனை என்ற நெருக்கடி வந்ததும் தான் வேலையை விட்டுவிட்டாள். எத்தனை நாட்கள் பட்டினி கிடக்க முடியும்?

'இப்பொழுதும் இதே நிலைதான், இனி என்ன செய்யலாம்?' என்று துடித்தது மனம். அவரைத்தான் கேட்க வேண்டும். அவர் பெயர் தாமோதரனாமே!, என்ற எண்ணம் எழுந்து. 'நானிருக்க பயமேன்! அவசியம் ஏற்படுகிறபோது நினை. நாம் வந்து அருள் புரிவோம் என்று கடவுளின் அவதாரம் மாதிரிப் பேசினாரே நேற்று!' எனச் சிரித்தது மனம்.

தாமோதரனைச் சந்திக்கலாம் என்று புறப்பட்டவள் உள்ளத்தில் எழுந்த தயக்கம் அவள் நடையிலே தளர்வு புகுத்தியது. போகாமலே திரும்பிவிடலாமா என்று கூட நினைத்தாள். எப்படியும் யார் துணையையாவது பெற்றாக வேண்டுமே என்ற அவசியம் தான் அவளைத் தள்ளிச் சென்றது. அவனிடம் அதிகம் பேச வேண்டியதில்லை. கடிதத்தையும் வரலாற்றையும் கொடுத்துவிட்டுத் திரும்ப வேண்டியது தான் என்று நினைத்து நடந்தாள். அவள் வந்த நேரத்தில் அவன் வீட்டில் இல்லாமல் போனது அவளுக்கு மகிழ்வு தந்தது. ஏதோ விபத்திலிருந்து தப்பிவிட்டவள் போல் நிம்மதியாய் நெடுமூச்செறிந்தாள். கடிதத்தையும் குறிப்புக்களையும் ஜன்னல் வழியாக உள்ளே போட்டு விட்டுத் திரும்பினாள்.

அதிலிருந்து அவளுக்கு அதே துடிப்புதான். 'அதைப் படித்ததும் அவர் என்ன நினைப்பாரோ? அவர் அபிப்பிராயத்தை நான் எப்படி அறிவது? அதில் எனது

விலாசம் கூட எழுதவில்லையே!' என்ற எண்ணமும் எழும். அதை அவர் பார்வைக்கென்று அங்கு கொண்டுபோய் போட்டது தவறு. எனது கவலை எனக்கு என்று இருந்திருக்கலாம்' என்றொரு நினைவு பிறக்கும்.

தாமோதரனைச் சந்தித்துப் பேசவேண்டும் என்ற ஆசை தலை தூக்கும் அந்த எண்ணமே தப்பு என்றொரு எண்ணம் கண்டனக்குரல் எழுப்பும் தனது எண்ணச் சுழிப்பிலேயே திண்டாடிக் கிடந்தாள் அவள்

14

இரவு மணி எட்டு.

அன்பர் சிவசைலம் முதலாளியின் வீட்டிற்கு வந்தபோது எதிர்பாராத இனிமைகளைக் கண்டார். உடனே தான் 'நாம் வந்தது நல்லதாயிற்று வரமுடியவில்லை என்று சொல்லி அனுப்பியிருந்தால் அந்த முட்டாள் தனத்திற்காக நான் அடிக்கடி எனக்கே அனுதாபம் தெரிவித்துக் கொள்ள வேண்டிய அவசியம் ஏற்படும்!' என்று நினைத்துக் கொண்டார்.

'ஆகா. நாடகமேடைக் காட்சி மாதிரியே இருக்கிறதே!' என்று வியந்தார் அவர்.

'ஆமாம் அதற்கு ஒத்திகைதான்!' என்று ஆமோதித்தார். முதலாளி புன்னைவனம்.

அலங்கார பவனமாக மிளிர்ந்த அந்த விசாலமான அறை விசேஷ சிரத்தையுடன் தயாரிக்கப்பட்ட சினிமாக் காட்சி போல் தானிருந்தது. படங்களும், ஆடம்பர குளோபு லஸ்தர்களும், எலெக்டரிக் விளக்குகளும், நாற்காலிகள், ஸோபாக்கள் முதலியனவும் அறையின் காம்பீர்யத்திற்கு அழுத்தம் கொடுத்து விளங்கின.

நடுநாயகமாகத் திகழ்ந்த நாற்காலி ஒன்றிலே கொலுவிருந்தார் முதலாளி, கருமெழுகிலே திரட்டி எடுத்தது போன்ற உருவம் பணப் பெருக்கும் குறையாத ஊட்டமும் அவர் உடலை வாட்டமில்லாமல் வளர்த்து வந்தன. அவருக்கு வயது ஏறக்குறைய ஐம்பதைத் தொட்டிருக்குமென்றாலும், ஆளைப் பார்த்தால் அவ்வளவுக்கு மதிக்க முடியாது. நாற்பது, நாற்பத்து இரண்டு வயசு இருக்கும் என்றுதான் சொல்வார்கள்.

அவர் அமர்ந்திருக்கும்போது 'ஜம்'மென்று நாற்காலி கொள்ளாமல் பிரமாதமாக இருக்கும். எழுந்து நடந்தால் தான்

முன்னால் வெகுவாக வளர்ந்து விட்ட தொந்தி ஆளைக் கெடுத்து விடும். ரொம்ப காலம் வரை குடுமியில் ஆசை வைத்திருந்தவர் திடீரென்று கிராப் மீது மோகம் கொண்டு விட்டார். எனினும் நெற்றியில் சந்தனப் பொட்டு அல்லது ஜவ்வாதுப் பொட்டு சிறிதாக மிளிரும். எப்பொழுதும் சில்க் ஜிப்பா அணிந்திருப்பார்.

இத் திருக்கோலம் கலையாமல் அமர்ந்திருந்த புன்னை வனத்தின் சந்நிதியில் இரண்டு வரிசைகளாகக் கிடந்த நாற்காலிகளில் தான் தனது ரசனைக்குரிய அழகின் துகள்களைக் கண்டார் சிவசைலம். உயர்ந்த கைப்பிடிகளுடன், உள்குழிந்த தொட்டில் போன்ற நாற்காலிகளில் சொகுசாகச் சாய்ந்திருந்தார்கள் சிங்காரிகள் நால்வர். எதிர் வரிசையில் ஆண்கள் இருந்தனர்.

நங்கையர் நால்வரில் இரண்டு பேர் அழகிகள்; யுவதியர். வேறொருத்தி பாவாடையழகி. மற்றொருத்தி அவர்களைக் கண்காணிக்க வந்த அம்மையார். அவள் கூட வலை வீசும் தளுக்குக்காரி மாதிரித்தான் அலங்காரம் செய்திருந்தாள். பாவாடை யணிந்த பெண்ணுக்கு பதின்மூன்று, பதினான்கு வயது தானிருக்கும். மற்ற இருவரும் இரட்டைப் பின்னல் அழகிகள். சினிமா எக்ஸ்ட்ராக்கள் போல் காட்சியளித்தனர். ஒருத்தி ரத்தச் செந்நிற ஆடை அணிந்திருந்தாள். மற்றவள் மேனிக்கு பச்சைப்பட்டு வனப்பு கொடுத்தது. அவ்விருவரும் காமிரா முன்பு நடித்துக் கொண்டிருப்பதாக நம்பினர் போலும்! அவர்கள் பார்வையும், தலையசைப்பும், கை அசைவுகளும், கால்மேல் கால் போட்டுக் கொண்டு ஒயிலாகச் சாய்ந்திருந்த தோரணையும் இந்த எண்ணத்தையே தந்தன.

'ஹஹ! உங்கள் வரவைத்தான் எதிர்பார்த்துக் கொண்டிருக்கிறோம். வந்து இப்படி உட்காருங்க' என்று ஆலோசனையாளரை வரவேற்றார் முதலாளி. சிவசைலம் அவர் அருகில் கிடந்த நாற்காலியிலமரும் போதே மந்திரி பிரதானிகளைக் கவனிக்கும் நாடகராஜா போலப் பார்வை எறிந்துவிட்டு 'உம். இவாள்ளாம் யாரு என்று விசாரித்தார்.

கந்தர்வ கலைக் கழகம் என்ற பெயரிலே நாடகசபா தொடங்கலாம் என்று பேசிக் கொண்டிருந்தோமே. அதை நான் சில நண்பர்களிடம் சொல்லி வைத்தேன். நம்ம பிரண்டு ஒருவருக்கு இவரை நன்றாகத் தெரியுமாம். இவரிடம் சொல்லியிருக்கிறார். இவர் தனக்குத் தெரிந்த நடிகையரை அழைத்து வந்திருக்கிறார். இவர்கள் தான் நடிகைகள் என்று காட்டினார் முதலாளி.

செம்பருத்திப் பூ போல் கண்ணை உறுத்தும் வர்ணப் பகட்டுகளுடன் திகழ்ந்த சிங்காரி சொன்னாள்: 'என்பெயர் சாவித்திரி, இவள் பெயர் சியாமளா. இந்தப் பெண் பெயர் சந்திரா.'

'ரொம்ப சந்தோஷம்' என்று கூறிய சிவசைலம் 'நண்பரின் பெயரை அறிந்து கொள்ளலாமோ?' என்று கேட்டார்

'என் பெயர் தானே? கேசவன்' என்றான் அவர்களை அழைத்து வந்தவன். -

'நீங்கள் எல்லோரும் எங்காவது நடித்தது உண்டா? படத்திலே கிடத்திலே?'

'ஓ! எத்தனையோ நாடகங்களில் நடித்திருக்கிறோம். ஒன்றிரண்டு சினிமாவிலே கூட ஆக்ட் பண்ணியிருக்கோம்' என்றாள் சாவித்திரி. இதைச் சொல்வதற்குள் அவள் தலையும், கண்களும், கைகளும் எவ்வளவோ ஆட்டம் ஆடித் தீர்த்தன.

'எக்ஸ்ட்ரா வேஷம் போலிருக்கு!' என அலட்சியமாக மொழிந்தார் சிவசைலம்.

'இல்லை இல்லை. நான் ராணியின் தோழியாக வந்திருக் கிறேன்?' என்று மறுப்பு விடுத்தாள் சிங்காரி.

'அதுபெரிய வேஷமாக்கும்! சரி. போகட்டும்' என்று ஒதுங்கி விட்டு அவர் முதலாளியிடம் 'நீங்கள் விஷயத்தை எல்லாம் விளக்கி விட்டீர்களா?' என்று கேட்டார்.

'நீங்க தான் சொல்லணும்' என்று பல்லைக் காட்டினார் புன்னைவனம். ஆகவே ஆலோசகர் கனைத்துக் தொண்டையைச் சரிப்படுத்திக் கொண்டு விளக்க உரையை ஆரம்பித்தார்.

'விஷயமென்ன வென்றால், நாங்கள் பிரமாதமான திட்டம் போட்டிருக்கிறோம். நம்ம முதலாளி கந்தர்வ கலா மண்டபம் பிரமாதமாகக் கட்டியிருப்பதும், ரொம்பச் சிறப்பாக அதற்குத் திறப்பு விழா நடத்தியதும் உங்களுக்குத் தெரிந்திருக்கும். அது கலைக் கோயிலாக விளங்க வேண்டும் என்பது எங்கள் ஆசை; பணம் பண்ணுவதற்காக அதை வெறும் சினிமாத் தியேட்டராக்கி விடப் போவதில்லை. புதுப்புது நாடகங்கள், நாட்டியங்கள் எல்லாம் அரங்கேற வேண்டும். முதலாளியே ஒரு நாடகசபை தொடங்க எண்ணி விட்டார்கள். பிரமாதமான நாடகங்கள் பல தயாரித்து அரங்கேற்றுவோம். அவற்றையே அப்புறம் படம் பிடிக்க எண்ணம். தமிழ் நாட்டின் நாடகக்கலை, நடிப்புச் செல்வம் பற்றியெல்லாம் உலகத்தில் உள்ளவர்கள் எல்லோரும் உணர்வதற்காக வட இந்தியா. பாகிஸ்தான், நேபாளம், திபெத், ஈரான், பாரசீகம், சீனா, ஜப்பான், சோவியத் ரஷ்யா, ஐரோப்பிய நாடுகள், அமெரிக்க, ஐக்கியநாடுகள், ஆஸ்திரேலியா இப்படி எங்கெங்கெல்லாம் மனிதர்கள் வசிக்கிறார்களோ - எங்கேயெல்லாம் நாகரிகம் பரவியிருக்கிறதோ - அங்கெல்லாம் நமது படங்களை அனுப்புவதுடன், நமது கந்தர்வ கலைக் கழகமும் நேரடியாகப் படையெடுத்து கலைக்கொடி நாட்டித் திரும்பும் புரிகிறதா? இதற்குப் பிரபல நடிக ரத்தினங்கள் எல்லோரும் ஆதரவும் ஒத்துழைப்பும் தருவதாக வாக்களித்துள்ளனர். நம் நாட்டு நாடக சர்வாதிகாரி ராமண்ணா அவர்கள் உலகப் படையெடுப்பின் போது தாமே நடிக்க வருவதாகச் சொல்லியிருக்கிறார். முக்கிய நடிகைகள் தான் தேவை!'

சிவசைலம் நீண்ட லெக்சரடித்து விட்டு 'என்ன நான் சொல்றது?' என்று முதலாளி பக்கம் திரும்பினார். 'ஆமாமா! செய்ய வேண்டியது தான்' என்று தலையாட்டினர் அவர்

நடிப்புச் சர்வாதிகாரி ராமண்ணா அடிக்கடி சொல்கிறார் - நாடக்கலை, மேடைஉத்தி, வெளிச்சம் போடுதல்கள் எல்லாம் நம் நாட்டிலே முன்னேறியிருக்கிற அளவுக்கு வேறு எங்குமே வளரவில்லை. இதை உலகத்திற்கு உணர்த்த வேண்டியது நமது கடமை.

சிவசைலத்தின் வேகப் பிரசங்கத்திற்குச் சிறு தடை விதித்தாள் சாவித்திரி. ஒரு சிறு கேள்வியைக் கேட்டு! 'ஒரு சந்தேகம், ஸார்' என்றாள் அவள்.

'என்ன?' என்று உறுமினார் அவர்.

'நடிகர் ராமண்ணா உலகம் சுற்றி வந்தவரா ஸார்?' அவள் இயல்பாகத் தான் கேட்டாள். ஆனால் அதில் குறும்பு தொனிப்பதாக நினைத்தார் அவர்.

'அவனாவது உலகம் சுத்றதாவது! திருப்பதிக்கு வடக்கே போனதில்லை. அவன் கம்பெனி திவாலாகி, மறுபடியும் தொடங்கின போது திருப்பதிக்குப் போனான், தலையை மொட்டையடித்து நேர்த்திக் கடன் செலுத்துவதற்குத்தான். அப்புறம் அவனே பெரிய ஆசாமிகளின் தலையைத் தடவி மொட்டையடிப்பதைக் கலையாகக் கைக்கொண்டு விட்டான். அவனுக்கு தமிழே சரியாக எழுதப்படிக்கத் தெரியாது. ஆங்கிலம் தெரியவே தெரியாது. பேசுறது என்னடான்னா உலகத்தையை பூராவும் கண்டுவிட்ட மாதிரித்தான்!' என்று கேசவன் பேசியது சிவசைலத்தின் ஆத்திரத்தைத் தூண்டி விட்டது

'நிறுத்தய்யா. உனக்கு ராமண்ணாவைப் பிடிக்கவில்லை யென்றால் தாறுமாறாகப் பேசவேண்டாம் தெரியுதா?' என்று சீறிப்பாய்ந்தார் அவர். 'பெரிய மனிதரின் தயவை எதிர்பார்த்து வந்திருக்கிறோம். அதனால் பெரியமனிதரது லோட்டாவின் தயவை முக்கியம் பெற்றாக வேண்டும். தயவு கிடைக்காவிட்டாலும் வீண் வெறுப்பையும் விரோதத்தையும் சம்பாதிக்காமலிருப்பதே நல்லது' என நினைத்த பெரிய அம்மாள் தலையிட்டுச் சமாதானம் செய்தாள்.

"தெரியாத்தனம். இதை உங்களை மாதிரி பெரிய மனுஷங்க பொருட்படுத்தலாமா?" என்று குழைந்தாள் அவள். அவள் நன்றாகப் புரிந்து கொண்டு விட்டாள், சிவசைலம் ஆட்டிவைக்கிறபடிதான் முதலாளி நடப்பார் என்று.

'அதனாலே ஒண்ணுமில்லே. தம்பி இப்ப என் முன்னாலே பேசின மாதிரி வேறு எங்கேயும் யோசிக்காமலே பேசிவிடப்படாது பாருங்க. அதுக்காகத்தான் எச்சரித்து வைத்தேன். அது சரி. இப்போ உங்க விலாசத்தைக் கொடுத்துவிட்டுப் போங்க ஏற்பாடுகள் எல்லாம் பூரணமானதும் அறிவிக்கிறோம்' என்று சொல்லி அவர்களை அனுப்பிவைத்தார்.

போகும் பொழுது சாவித்திரியும் சியாமளாவும் நெளிந்து வளைந்து ஸ்டைலாக நின்று ஒயிலாகக் கரம் குவித்து வணக்கம் செலுத்தினர். வாழ்க்கையில் நன்றாக நடிக்கத் தெரிந்த கைகாரிகள் அவர்கள் என்பது அவர்களது ஒவ்வொரு அசைவிலும் பார்வை யிலும் சிரிப்பிலும் பேச்சிலும் நன்கு பிரதிபலித்தது.

அவர்கள் போனபிறகு 'சாவித்திரி பரவால்லே. ஒப்பந்தம் பண்ணிப் போட்டிருந்தால் ஏதாவது சிறு வேஷத்திற்குப் பயன்படாமலா போகப்போறா" என்று தன் கருத்தை அறிவித்தார் சிவசைலம் 'ஆமாமா' என்ற முதலாளி 'இன்னொருத்தி அவபேரு என்ன, சியாமளாவா? - அவ கூடப் பரவால்லே. அடக்க ஒடுக்கமா இருக்கிறா. அழகாகக் கூட இருக்கிறா. அவளையும் சேர்த்துக் கொள்ளலாம்' என்று சொன்னார்.

'ஆகா தாராளமாக! முதலாளியின் கிருபை பிறந்து விட்டதென்றால் அவளுக்கு அதிர்ஷ்டம் தான். தடை செய்வதற்கு நான் யார்?' என்று கிண்டலாகச் சொல்லிக் கனைத்தார் அன்பர்.

'போமய்யா நீரு ஒண்ணு!' என்ற புன்னைவனம் எதையோ எண்ணிச் சிரித்தார். எண்ணத்தை வெளியிட விரும்பாதவராய்

'சரி வாரும். சாப்பிடப் போகலாமே!' என்று அழைத்தபடி எழுந்து உள்ளே போனார். வாலை ஆட்டிக்கொண்டு எசமான் பின் தொடரும் ஜாதிநாய் மாதிரி அவரைத் தொடர்ந்தார் சிவசைலம்.

15

தாமோதரனின் மனம் பொதுவாகவே எண்ணங்கள் குழம்பும் சுழல்தான். கொதிக்கும் உணர்ச்சிக் குமுறல்கள் சிறுசிறு குமிழ்களும் அலைகளும் எழுப்பி அவனது அமைதியைக் கெடுக்கும். அதற்குக் காரணம் கூட வேண்டுமா என்ன!

தன்னைப் பற்றியே எண்ணிப் புழுங்குகிறவனுடைய உள்ளமே காளவாயாக மாறிவிடுவது உண்டு. தன்னை, தனது நலன்களை, வசதிக்குறைவுகளைப் பற்றிக் கவலைப்படுவதை விட்டு விட்டு மனிதவர்க்கம், சமுதாய நிலை, உலகம் போகிற போக்கு, பணக்காரர்களின் அட்டூழியங்கள், வாழ்க்கை வசதிகள், வஞ்சிக்கப்பட்டிருப்பவர்களது தினசரி வேதனை இவற்றையெல்லாம் பற்றி எண்ணி எண்ணி விடைகாண முடியாமல் திணறுகிற சிந்தனையாளனின் உள்ளம் எரியும் அடுப்பிலே உலைப்பானையில் கொதிக்கும் நீர் போல் குமிழ்விட்டு அலை சுழற்றி அல்லலுறுவதில் வியப்பில்லை.

அதிலும் 'கந்தர்வ கலா மண்டபம்' திறப்பு விழா நிகழ்ச்சிகளுக்குப் பிறகு அவன் எண்ணக் குழப்பம் வளர்ந்து வந்தது. பணம் படைத்தவர் மேலும் மேலும் பணத்தை வளர்ப்பதற்காகச் செய்கிற வேலைகளையும் புகழாசையினால் செய்கிற திருப் பணிகளுக்கு கலை, மதம், அரசியல், இலக்கியம், சமூக சேவை என்ற மயக்குப் போர்வைகளைப் போர்த்திக் கொள்ளத் தயங்காததையும் எண்ணிக் குமைந்தது அவன் சிந்தனை.

உள்ளக் குமுறலுக்கு அதிகக் கொதிப்பு ஏற்படுத்தியது குமுதத்தின் வரலாறு. அவன் இதயம் அந்த அபலைப் பெண்ணுக்காக வருந்தியது. அவளது வாழ்க்கையை எண்ணி அனுதாபப்பட்ட தாமோதரன் அவள் எதிர்காலத்தை வளமுள்ளதாக்கத் தன்னால் என்ன செய்ய முடியும் என்று நினைக்கவும் திண்டாட்டமே பிறந்தது. அவளை வாழவைப்பது எப்படி? கௌரவமாக, தன்மான உணர்ச்சிக்கு

இழுக்கு வராது போதிய வசதிகளுடன் அவள் வாழவேண்டும். அதற்கு என்ன ஏற்பாடுகள் செய்யலாம்.

விடை கிட்டவில்லை அவனுக்கு. அவளுடன் பேசி அவளது எண்ணத்தையும் அறியவேண்டும். அவளை எங்கே எப்போது பார்க்கலாம்? திட்டமாகச் சொல்லமுடியாது. பின் என்ன செய்வது?- இக் குழப்பம் தீர, எங்காவது சுற்றி வரலாம் என்று கிளம்பினான்.

பொழுது போகாத வேளைகளில், வேலை செய்ய முடியாத சமயங்களில், மனப்புழுக்கம் அதிகமாகி விடுகிற போதெல்லாம் அவன் ஊர் சுற்றக் கிளம்பி விடுவான். எங்கே, ஏன் என்ற அவசியமற்று அவசரம் சாவதானம் எனும் காலக் கட்டப்பாடுகளற்று இஷ்டம் போல் சுற்றித்திரிவதில் -எதிரே வரும் ஆட்களையும் பின்னிருந்து வந்து தன்னைக் கடந்து செல்கிறவர்களையும் கவனித்தும் கவனியாமலும், சுற்றுப்புறங்களை மறக்காமல் ஆனால் அதன் ஆட்சியிலே, அசைவிலே, அசையாமையிலே, வேகம் பரபரப்பு முதலிய இயக்கங்களிலே பட்டுத் 'தான்' என்கிற தனித்துவத்தை இழந்துவிடாமல் சுற்றி அலைவதில் - அவனுக்குத் தனி மகிழ்வு.

அன்றும் அவ்விதமே கிளம்பினான். அப்பொழுது மணி ஒன்பதுக்கு மேலாகிவிட்டது. இரவின் மோகன சக்தியும் மோனநிலையும் ஊர் முழுதும் கவிந்து கிடந்தன. அவற்றின் அழுத்தத்தைக் கெடுப்பது போல அவ்வப்போது பாய்ந்து செல்லும் ஒரு சில கார்கள், தளர் நடை நடக்கும் பிராணிகள் தவிர வேறு உயிரியக்கம் இல்லை வீதிகளிலே.

தாமோதரன் சிறு தெருக்கள். பெரிய வீதிகள் எங்கும் சுற்றி விட்டு மெதுவாக நடந்து கொண்டிருந்தான். திடீரென்று அவன் பதறியடித்துப் பாதை யோரத்திற்குத் துள்ள நேர்ந்தது. அவன் உயிரை வாங்குவதற்கென்றே பதுங்கி வந்தது போல் தோன்றிய கார் ஒன்று அவனுக்குப் பின்னால் மிக நெருங்கி வந்து நின்றது. 'பளிச்' செனப் பிரவாகித்த ஒளி முன்பு

ஒடுங்கியிருந்து அப்போது தான் அதிகச் சக்தி பெற்றிருக்க வேணும் என்று தோன்றியது அவனுக்கு.

'எதிர்பாராது கவ்வ வந்தது சாவு' எனும் உணர்ச்சி அவன் உடலில் உதறல் விளைவித்தது. நெஞ்சிலே உதைப்பு எடுத்தது. "மரணம் முன் வராத போது சாவையும் ஏற்கத் தயார் என்று அடித்துப் பேசிவிடலாம். ஆனால் மரணம் விளையாட்டுக்காகவேனும் கை நீட்டுகிற போது உள்ளத்திலும் உடலிலும் ஏற்படுகிற அதிர்ச்சி, அம்மம்மா! உயிராசை பயத்தைக் கிளறி விடுகிறது என்று அந்நேரத்திலே கூட அவன் சிந்தனை முனங்கியது."

உயிராசை,பயம் என்ற எண்ணப் பொறி குமுதத்தைப் பற்றிய நினைப்பை எழுப்பியது. முன் தின இரவிலே அவள் சாகும் நினைவுடன் வந்து சாகத் துணியாமல் நின்றபோது அனுபவித்திருக்கக் கூடிய மன வேதனையை அவன் ஒருவாறு உணர முடிந்தது.

தன் நினைவிலே தானாகி நின்றுவிட்ட தாமேதரன் திடீரென வந்து நின்று பின் உறுமிக்கொண்டு புறப்பட்ட காரைக் கவனிக்கவேயில்லை. அவன் கவனத்தைக் கவர்வதற்காகக் கனைத்தது ஒரு குரல்.

'அஹஹ, அறிவின் கை விளக்கா! பேஷ்!' எனப் பிறந்த பேச்சு அவனைத் திடுக்கிட வைத்தது. காரினுள்ளிருந்தது யாரெனப் புலப்படவில்லை. மங்கல் ஒளிதான் நிலவியது உள்ளே.

'என்ன தோழரே! ரோட்டை நந்தவனம் என்று எண்ணி வீட்டீரோ! அல்லது காதலி குமுதத்தின் நினைவினால் இந்த உலகத்தையே மறந்து விட்டீரா?' என்ற கிண்டல் மொழி அவன் இதயத்திலே தைத்தது.

பேசியது யார் என்று அறிய, காரினுள் எட்டிப் பார்க்கக் காலடி எடுத்தான் அவன். அதற்குள் கார் வேகமாக ஓடத் தொடங்கியது அது சிவசைலம் தான் என்பதை அவன்

சிரமத்துடன் புரிந்து கொண்டதும் 'அயோக்கியப்பதர்!' என்று ஆத்திரமாகக் கத்திவிட்டு நடந்தான்.

16

மறுநாள் அதிகாலை.

உலகம் விழித்துவிட்டது என்பதை ஆரவாரமாக ஒலி பரப்புவதுபோல் பறவையினங்கள் கத்தி மகிழ்ந்தன. தாமோதரன் அப்பொழுது தான் விழித்தெழுந்தான். சூழ்நிலையின் புத்துயிர்ப்பும் அவனுக்கு உற்சாகமளித்தன.

வீட்டினுள்ளிருந்து வெளியே வந்த அவனது கண்கள் இருளும் ஒளியும் கூடிக் கொலுவிருந்த இனிய வேளை எடுத்துக்காட்டிய அற்புத அழகைக் கண்டு மகிழ்ந்தன. அணையும் தீப்பொறிகள் போல் மங்கலாக மினுக்கிக் கிடந்த வெள்ளிகளும், ஒளியின் கைகள் வேகமாகத் தடவி எழில் பூசிய வானமும் தினந்தோறும் அலுப்பு தராத புதுமைகளாக விளங்கின.

அன்று மற்றுமொரு புதுமை காத்திருந்தது அவனுக்காக. அவன் வானத்தைப் பார்த்து நின்ற போது மெதுவாக அவனை நோக்கி வந்தாள் குமுதம், முன்பே வந்து அவள் காத்திருக்கவேண்டும் என்று தோன்றியது சட்டென அவளைக் கவனித்த தாமோதரனுக்கு. அவன் திகைப்புற்றான்.

அவ்வேளையில் அங்கு யாரையும் எதிர்பார்க்கவில்லை. அதிலும் அவள் நினைவு அவனுக்கு வரவேயில்லை. முன்னிரவிலே தெருவில் குமுதத்தைப் பற்றி நினைத்தபடி நடந்தபோது, மோதித் தள்ள வந்த காரிலிருந்த ஆசாமி 'என்ன, காதலி குமுதத்தின் நினைவா!' என்று கிண்டலாகச் சொன்னது தாமேதரனுக்கு அதிர்ச்சியாகத் தானிருந்தது. தனது எண்ணத்தைக் கண்டு சொன்னது யார். அவனுக்கு அந்த அதிசய சக்தி எப்படி வந்தது என்ற குழப்பத்துடன் 'மடையன்! காதலி குமுதமாம்! என்ன உளறல் இது என்ற ஆத்திரமும் பிறந்தது. அப்படிப் பேசியது சிவசைலம் என அறிந்ததும் அவனுக்குக் கோபம் பொங்கியது. குழப்பம் ஏற்பட்டது.

'இவனுக்கு எப்படித் தெரியும்? குமுதம் பற்றி நான் எண்ணுவேன் என்று இவன் ஏன் நினைத்தான்? நேற்று இரவு குமுதம் தற்கொலை செய்து கொள்ள முயன்றதைத் தடுத்து நிறுத்தி அவளுடன் நான் பேசிக் கொண்டிருந்தை யாரோ கள்ளத்தனமாகக் கவனித்ததாகத் தெரிந்ததே, அவர்களில் சிவசைலமும் ஒருவனோ என்னவோ! இவன் இல்லாவிட்டாலும் இவனுடைய ஆளாக இருக்கலாம்' என்று நினைத்தான் தாமோதரன்.

'இப்படி நேரும் என்று எதிர்பார்த்தது தான். ஆனால் இவ்வளவு சீக்கிரமே எதிரொலி கிளம்பும் என்று எண்ணவில்லை' என அவன் மனம் முனங்கியது. எப்படியும் போகிறது என்று ஒதுக்கிவிட்டான். இரவிலே மறுபடி குமுதத்தை எப்பொழுது எங்கே காணலாம் என்ற துடிப்பு உள்ளத்தில் மிதந்தது. 'சரி, பார்க்க முடிந்தபோது பார்த்துக் கொள்வது' என்று அதையும் தள்ளிவிட முயன்றான் அவன்.

விடிந்த பிறகு மீண்டும் அந்த ஆசை தலை தூக்குவதற்கு முன் அவளே தோன்றிவிட்டது அவனுக்கு வியப்பாகத் தானிருந்தது. ஆனால் வேதனை அளிக்கவில்லை. ஆகாய நீல வர்ணச் சேலையணிந்து முகத்திலே மகிழ்வும் நாணமும் கொஞ்சி விளையாட, அவள் மெது நடை நடந்து வந்தது வசீகரிக்கும் இனிமையாகத் தானிருந்தது.

'ஏது இந்தப் பக்கம்! மறுபடியும் கிணற்றில் விழுந்து சாகலாம் என்று வந்தாயோ?' என்று கேட்டான் அவன்.

'அந்த ஆசை ஏற்பட்டால் கூட திரும்பவும் இந்த கிணற்றைத் தானா தேடி வரவேண்டும்! ஊரில் எத்தனையோ நல்ல கிணறுகள் இருக்கின்றன' என்றாள் அவள்.

'இது மோசமான கிணறா பின்னே! நேற்றிரவு கரையில் நின்றபடியே அதைக் கண்டுபிடித்து விட்டாய் போலிருக்கிறது!'

'கிணறு எப்படியோ! ஆனால் சூழ்நிலை சுத்த மோசம்' என்று சொல்லிச் சிரித்தாள்.

'என்னையும் சேர்த்துத் தான் சொல்கிறாய் என்று புரிகிறது கிணறுகூட மோசமானது தான். நல்ல கிணறு என்றால் அடைக்கலம் புக வந்த பிறகும் வரவேற்காமல் மௌனமாகயிராது. அப்படித்தானே?'

'அதனால்தான் சூழ்நிலை மோசம் என்றேன். தேடிவந்தால் வரவேற்பதற்கு யாரும் கிடையாது. வீடு அடைத்துக் கிடக்கும். காப்பாற்றி விட்டதாக மகிழ விரும்புகிறவர்கள் அப்புறம் கவலைப்படுவதேயில்லை. பிழைத்தவர்கள் எப்படி வாழ்வது என்று மற்றவர்கள் ஏன் கவலைப்படப் போகிறார்கள்! உன்னைக் காப்பாற்றியாச்சு; எனக்குப் புண்ணியம் அது; அப்புறம் நீ எக்கேடு கெட்டாலென்ன! ஒரேடியாகச் சாவதைத் தடுத்து தினசரி செத்துக் கொண்டு நாளைக் கழிக்கும்படி செய்வதே எங்கள் லட்சியம் என்ற நம்பிக்கை போலிருக்கு!' என்றாள் அவள்

அவள் பேச்சு அவனுக்கு எரிச்சல் உண்டாக்கியது. 'அம்மணி!' என்று ஆரம்பித்தான் அவன்.

குறும்புச் சிரிப்பு சிந்தியபடி 'என் பெயர் அது இல்லையே! என் பெயர் கூட மறந்துபோச்சா அதற்குள்ளே?' என்று கேட்டாள்.

சிரிக்கும் அவள் முகம் சிவக்கும்படி சூடான பதில் கொடுக்க வேண்டும் என்ற ஆசை எழுந்தது அவன் உள்ளத்தில் இருந்தாலும் மனம் வரவில்லை. 'பெயர் எதுவாகவுமிருக்கட்டும். தேவி திருவுளமிசைந்து அதிகாலையிலேயே திவ்ய தரிசனமளிக்க இங்கு வரக்காரணம் என்னவோ?' என்றான்.

சொல்லலாம். ஆனால் என்று இழுத்தபடி, தலையைச் சாய்த்து கோணப் பார்வை ஒன்றை ஏவி விட்டுச் சிரித்தாள் அவள்.

இவள் இப்படித் துணிந்து விடுகிறது. அப்புறம் ஆண்கள் அயோக்கியர்கள், சமுதாயம் சுத்த மோசம், ஆஹுா என்று ஒப்பாரி வைக்கிறது. மூதேவி மோறையைப் பாருங்கடா மோறையை!' என்று சீறியது அவன் உள்ளம் அந்த எண்ணமே அவனுக்குச் சிரிப்பை எழுப்பி விட்டது.

'என்ன சிரிக்கிறீர்கள்?' என்று வினாவினாள் அவள்.

'சிரிப்பதற்குக் கூட அம்மாவிடம் உத்தரவு பெற வேண்டுமாக்கும்!'

'என் முன்னால் நின்று கொண்டு சிரித்தால் என்ன அர்த்தமாம்? சிரிப்பு வந்தது சிரித்தேன்!' என்று சிணுங்கினாள் அவள்.

ஆமாம் சிரிப்பாணிக்கு ஆளாக வேண்டிய பிழைப்புதானே எனக்கு! என்று முனங்கினாள் குமுதம் அவள் முகத்தைப் பார்த்தால். இன்னுமொரு வார்த்தை சொன்னால் அழுதுவிடுவாள் என்று தோன்றியது. பனியில் நனைந்து குளுகுளுவென்றிருந்த மலர் வெயிலில் காய்ந்து வதங்கிவிட்டது போல் திடீர் மாற்றம் காட்டியது அவள் முகம்.

'ஐயோ பாவம்!' என்று நினைத்த தாமோதரன் சொன்னான்: உனது குறிப்புகளைப் படித்தேன். உன் வாழ்க்கை நிலைமையை உணர்ந்து வருந்துகிறேன். அதைப் படித்த பிறகு உனது வேதனை எனது சிந்தனைக்குரிய பெரும் பிரச்னையாகி விட்டது. அது சமுதாயப் பிரச்னையாகும்..'

'சமூகம், பிரச்னை, சிந்தனை என்று பெரிதாகப் பேச வேண்டாம். இப்போதுள்ள நிலையில் அதெல்லாம் எனக்குப் புரியவும் புரியாது நான் வாழவேண்டும். அதுதான் எனக்கு முக்கியமான விஷயம் நான் எழுதியிருந்ததைப் பூராவும் படித்திருப்பீர்கள். நான் கௌரவமாக வாழ உங்களால் வழிகாட்ட முடியுமா?

'யோசிக்க வேண்டிய விஷயம்தான்' என்றான் தாமோதரன் அவன் முகத்தில் கவலையின் ரேகைகள் படிந்தன

குமுதம் சிரித்தாள். ஏளனம் தொனித்தது அதில் 'ஹூங்! இனிமேல் தான் யோசிக்க வேண்டுமாக்கும்? நீங்கள் யோசித்து ஆராய்ந்து முடிவு பண்ணி வழிகண்டு பிடிப்பதற்குள் நான் பட்டினியால் கஷ்டப்பட்டுச் செத்தே போவேன்!' என்றாள்.

'இது மாதிரிப் பிரச்னைகளைப் பற்றி தீர யோசிக்காமல் நான் எப்படித் திடுதிடுப்பென்று பதில் சொல்ல முடியும்?'

நீங்கள் என்ன! உங்களைப் போல் வெறும் பேச்சுப்பேசி புகழ் பெறுகிறவர்கள் எல்லோருமே இப்படித்தான்; சேவை, லட்சியம். சமூகம், நாடு. சர்வதேசீயம் என்று நீட்டி முழக்காமல் எந்த விஷயத்தையும் கவனிக்க முடியாது. பக்கத்து வீட்டில் பட்டினி கிடப்பவர்களைப் பற்றி நீங்கள் கவலைப்படுவது கிடையாது. தெருவில் பிச்சை எடுத்து அலைந்து ஒவ்வொரு வேளைச் சோற்றுக்கும் உயிர் போகும்படி கத்துகிறவர்களின் ஏக்கம் இரக்கத்தை எழுப்பாது. இதையெல்லாம் குறிப்பிட்டால், நாட்டு நிலைமையும் இன்றுள்ள கால நிலைமைகளும் பொருளாதார பேதங்களும் என்று தொடங்கி லெக்சரடிப்பீர்கள்...

'இப்பொழுது நீ செய்வதும் அதே காரியம் தான்' என்றான் தாமோதரன். அவன் அமைதியாகச் சொன்னது அவளுக்குச் சிரிப்பு தந்தது.

'உங்களுக்குக் கோபமே வராது போலிருக்கு!' என்றாள்.

'நான் அவ்விதம் சொல்லவில்லையே!'

'சரி, நீங்கள் என்னதான் சொல்கிறீர்கள்?' என்ற கேள்விக்கு அவன் இயல்பாக 'ஒண்ணுமில்லையே!' என்று கூறிய பதில் அவளுக்குள் சிரிப்பைத் தூண்டியது.

அப்படியானால் நான் வயிறெறிந்தபடி போக வேண்டியது தானா? என்று கேட்டாள்.

'ஏன் நான் தான் யோசித்துச் சொல்கிறேன் என்றேனே. அதற்குள் அவசரப்பட்டால்!'

'உங்கள் தனி நபர்க் கமிட்டியின் முடிவான அறிக்கை வெளியாக எத்தனை வருஷமாகும்?' என்றாள் அவள்.

நீ சிரிக்கத் தெரிந்த உள்ளம் பெற்றிருப்பதற்காக மகிழ்கிறேன். அதற்காகப் பாராட்டலாம்.

உங்கள் அன்புக்கு நன்றி. ஆனால் பாராட்டுதல்கள் மட்டுமே வாழ வகை செய்து விடுவதில்லையே!' என்று கூறிப் பெருமூச் செறிந்தாள் அவள். 'நீங்கள் யோசித்தே சொல்லுங்கள். நான் போய் வருகிறேன்' என்று கிளம்பினாள் குமுதம்.

'இப்போ இங்கே வந்த விசேஷம்? அந்தக் குறிப்புத் தாள்களை வாங்கிக் கொண்டு போகவா?' என்று அவன் அக்கறையாக விசாரித்தான். அவன் கிண்டல் செய்கிறானோ என்று சந்தேகித்தாள் அவள்.

இவ்வளவு சொல்லியும், இத்தனை அலட்சியமாக இருக்கிறானே! இவன் என்ன நன்மையைச் செய்துவிட முடியும் நமக்கு? என்ற எண்ணம் எழாமற் போகவில்லை அவள் மனதில். 'நாம் வாழ்வதற்கு இவன் என்ன வழியைக் காட்டி விடப்போகிறான்! பல துறைகளிலும் அடிவைத்து அனுபவம் பெற்றும் முடிவில் மனக்கசப்பும் வாழ்வை முடித்துக் கொள்ளலாம் என்ற வழியும் தானே பிறந்தன நமக்கு! வாத்தியார் வேலை பாரு. அதைச் செய், இதிலே முயற்சி பண்ணப்படாது என்ற ரீதியில் தான் எதையாவது சொல்லி வைப்பான். இல்லையெனில் பணக்காரனாக யாராவது ஒருவனைப் பார்த்துக் கல்யாணம் செய்து கொள்ளம்மா என்று தான் போதிக்க முடியும் இவனால். இந்த மனிதவர்க்கத்திலே வந்தமற்றுமொரு பதார்த்தம் தானே இவனும்! இல்லாவிட்டால், இப்படியும் சொல்வான் -உயிர்

வாழ வேண்டியது தானே முக்கியம்? நீ ஏன் ஒரு நாடகக்காரி ஆகக்கூடாது? முதலாளி புன்னைவனம் புதிதாக ஒரு கலா மன்றம் தொடங்கப் போகிறாரே என்று! நான் செத்திருக்க வேண்டும். என்னைப் போன்றவர்கள் எப்படி வாழமுடியும்?' என்று குமைந்தது அவள் உள்ளம்.

கலகலப்பாகப் பேசி நின்றவள் திடீரென்று தன்னிலே தானாகி மோனநிலை அனுஷ்டித்து விட்டதைக் கண்ட தாமோதரன் அவளுக்காக அனுதாபம் கொண்டான். 'ஒரே நாளில் என்ன சாதித்துவிட முடியும்? அதிலும் நேற்று இரவிலே தான் இவள் தன் வரலாற்றுக் குறிப்பை இங்கே கொண்டு வந்து போட்டாள். ஒரு நாள் ராத்திரியிலேயே அற்புதங்கள் மலர்ந்துவிடக் கூடிய காலமா இது!' என்று சிரித்தது அவன் மனம்.

அவன் வீட்டினுள் சென்று குமுதத்தின் குறிப்புகளை எடுத்து வந்து அவளிடம் கொடுத்தான். மௌனமாக அதை வாங்கிக் கொண்டு 'சரி, நான் போய்வருகிறேன்' என்று கூறி அவனைப் பார்த்தாள். 'உங்களுக்கு சிரமம் கொடுத்து விட்டேன். மன்னிக்கணும்' என்று முனங்கினாள்.

'எனக்கென்ன சிரமம்! நான் பிரமாதமாக ஒன்றும் சாதித்து விடவில்லையே!' என்றான் அவன்.

'அருள் கூர்ந்து எனது கிறுக்கல்களைப் படித்து முடித்து விட்டு திரும்பத் தந்தது பெரிய சாதனைதானே!' என்று சொல்லி நகர்ந்தாள் குமுதம்.

'உனது விலாசம்? அதைச் சொல்லவில்லையே! அந்தக் குறிப்பிலும் காணவில்லை. தேடிப்பார்த்தேன். விலாசம் தெரிந்திருந்தால் நேற்று இரவிலேயே வந்து சந்தித்து அனுதாபம் அறிவித்திருப்பேன்.'

'நல்ல வேளை! மகத்தான திட்டங்கள் வகுத்துக் கொடுக்க நினைத்தீர்களோ என்று பார்த்தேன். உங்களிடம் அனுதாபங்களையும் பாராட்டுதல்களையும் தவிர

வேறொன்றையும் எதிர்பார்ப்பதில் பயனில்லை என்று தெரிகிறது. சந்தோஷம்' என்று சொல்லி நடந்தாள் அவள்

இவள் மன வானிலே திடீரென்று கார்மேகம் கவிந்துவிட்டது; அறிவொளியிலே கிரகணம் பற்றிக் கொண்டது காரணம் இல்லாமலே தான் ஒரு பெண்ணின் மனம் ஏன் மகிழ்வுறுகிறது. எதனால் பிணங்குகிறது. சீறுகிறது. சிணுங்குகிறது என்று எளிதில் கண்டு பிடித்துவிட முடியுமா என்ன? என எண்ணினான் தாமோதரன்.

அவளைத் தடுத்து நிறுத்தவோ, வியாக்கியானங்கள் கூறி தன் போக்கை விளக்கவோ விரும்பவில்லை அவன் தனது எண்ணங்களை அவளால் புரிந்து கொள்ள முடியாது என்ற நிச்சய நம்பிக்கை ஏற்பட்டிருந்தது அவனுக்கு. 'என்னைப் புரிந்து கொள்ளும் சக்தி பெண்ணுக்கு எது?' என்று சவாலிட்டது அவன் உள்ளம்.

'சௌக்கியமாகப் போய் வா அம்மா. என்னைப் பற்றி ஏதாவது எழுதிவைக்கத் தோன்றாமலா போகும். தாராளமாக உனது அபிப்பிராயங்களை எழுது. அந்த விமர்சனத்தை என் பார்வைக்கு அனுப்பிவைக்க மறந்து விடாதே. என்னைப் பற்றி மற்றவர்கள் என்ன நினைக்கிறார்கள் என்று அறிய வேண்டுமென்ற ஆசை எனக்கு என்றுமே உண்டு. அந்தக் கருத்துக் கண்டு நான் சீர்திருந்தி விடப்போவதில்லை. ஆனால் சிரிப்பதற்கு நிறைய விஷயம் கிடைக்கிறது' என்றான்.

தாமோதரன் உணர்ச்சித் துடிப்பினால் தன்னையே மறந்து பேசத் தொடங்கியது வேண்டுமெனச் செய்தது அல்ல. அந்த மாற்றம் ஏற்பட்டு விட்டது என்ற பிரக்ஞையே அவனுக்கில்லை. ஆனால் அது அவள் மனதில் தைத்தது. தன்னை அவமதிக்கிறான் அவன் என்ற ஆத்திரம் எழுந்தது. காரணமின்றி அழுகை பொங்கி வந்தது. உதட்டைக் கடித்துக் கொண்டு திரும்பிப் பாராமலே நடந்தாள். இனி அவன் இருக்கிற பக்கமே திரும்புவதில்லை என்ற வைராக்கி யத்துடன் நடந்தாள் குமுதம்.

17

முதலாளி புன்னைவனத்தின் துணைவனாய், வழிகாட்டியாய், காரியதரிசியாய் காலம் கழித்த அன்பர் சிவசைலம் தான் கவனித்தாக வேண்டிய அலுவல்கள் திடீரென்று அதிகரித்து விட்டதை உணர்ந்தார். தாமோதரனுக்குப் பாடம் கற்பிக்க வேண்டும் என்ற எண்ணமே முதலில் இருந்தது அவருக்கு. பிறகு அவன் வாழ்வில் குறுக்கிட்ட குமுதத்தையும் கவனிக்க வேணும் எனும் ஆசை பிறந்தது. முதலாளியின் நாடக முயற்சிகளுக்கு ஒத்துழைப்பு நல்க வேண்டும் என்பது அடிப்படைத் திட்டம். அது இப்போது பல கிளைகளாக வளர்ந்து விட்டது. முதலாளிக்காக சியாமளாவை கவனிக்க வேண்டியிருக்கிறது என்றும் நினைத்தார்.

பிறரது துணையினால் தனது வாழ்க்கையைச் சொகுசானதாக மாற்றிக் கொள்ள வேண்டும்; எதிர்ப்படும் சந்தர்ப்பங்களைப் பயன்படுத்தத் தவறிவிடக்கூடாது என்ற லட்சியம் அவருடையது. அது அகண்டது. மிக உயரமானது. எந்த உருவமும் எடுக்கக்கூடியது எத்திக்கிலும் நெளிந்து வியாபிக்கக் கூடியது. ஆகையினாலே இப்போது அவர் இலட்சியத்தில் புது விழுது பாய்ந்ததில் வியப்பில்லை.

'சாவித்திரி ரொம்ப நன்றாக இருக்கிறாள். ஃபிரீயாகப் பழகுவாள் போல் தோன்றுகிறது. அவளை நம் முக்கியமாக கவனிக்க வேண்டும்' என்று அருள் புரிந்தது அவர் மனம். அவரது அகராதியில் 'கவனிக்க வேண்டும்' என்ற பதத்திற்கு எத்தனையோ அர்த்தங்கள் உண்டு. சமய சந்தர்ப்பங்களுக்கேற்ப, நபர்களுக்குத் தகுந்தபடி அதன் பொருளும் மாறும்.

இவ்விதம் கவனிக்க வேண்டியவர்களின் பட்டியல் வளர்ந்து விட்டதனால், எதை அல்லது யாரை முதல் கவனிப்புக்கு உள்ளாக்கலாம் என்ற கவலை ஏற்பட்டது அவருக்கு என்றாலும் தீர்க்க முடியாத பெரும் பிரச்னையாகத்

திகழவில்லை அது. 'சுயநலம்' என்பதே அவரது வாழ்க்கைப் படகுக்கு வழிகாட்டும் கலங்கரை விளக்கமாக மிளிர்ந்ததனால், இச்சமயத்திலும் சாவித்திரியைத் தான் முதலில் கவனிக்க வேண்டும் என்று நிச்சயமாகத் தீர்மானித்தார் சிவசைலம்.

ஆகையினாலே அற்புதமாக அலங்காரங்கள் செய்து கொண்டு சாவித்திரியின் வீட்டிற்குப் போய்ச் சேர்ந்தார் அவர். அவர் போன வேளையிலே சாவித்திரி மட்டும் தானிருந்தாள். மற்றவர்கள் எங்கோ யாரையோ பார்க்கப் போயிருப்பதாக அறிவித்தாள். 'சந்தர்ப்பமும் நமக்கு சகாயம் செய்கிறது' என்று மகிழ்வுற்றார் சுயநலப்புலி.

சாவித்திரி தளுக்குப் பண்ணி அவரை மயக்கத் தவறவில்லை. 'அவள் ஒரு இடத்தில் உட்காராமல், நிலையாக நின்று விடாமல் அங்குமிங்கும் அலைந்து, அழகுநடைகள் பல காட்டி, வசிய நிலைகள் பல சித்திரித்து தனிநாட்டியம் பயின்றாள்' அவள் லட்சியம் அவளுக்கு முக்கியம்தானே!

'முதலாளி எப்போ கம்பெனி ஆரம்பிக்கப் போறாங்க?' என்று விசாரித்தாள் அவள். 'நாடகங்களிலே நடிக்க முக்கியமான பார்ட் எனக்குத் தரும்படி செய்வீர்களா?' என்று குழைந்தாள்,

'உம். என்னவோ சந்தேகம்தான்!' என இழுத்தார் சிவசைலம்.

"ஏன்? வேறு யாரையாவது நியமித்தாச்சா?"

'இன்னும் இல்லை. ஆனால் அதிர்ஷ்டச்சீட்டு சியாமளா வுக்குத்தான் விழும் போலிருக்கு!' என்று அவள் பக்கம் கள்ளப் பார்வையை ஏவியவாறு அலட்சியமாகச் சொல்லுதிர்த்தார் அவர்.

'சியாமளாவுக்கா? அவளுக்கென்ன தெரியும்!' என்று பதட்டமாக அறிவித்தாள் சாவித்திரி.

'முதலாளிக்கு அவளைத்தான் பிடித்திருக்கிறது!'

'நான் மட்டும் என்னவாம்? என்னைவிட அவளிடம் என்ன சிறப்பைக் கண்டு விட்டாராம் அவர்? அவளுக்கு நடிக்கவே தெரியாது. சரியாகப் பேசக்கூடத் தெரியாதே! மற்றவளை மட்டம் தட்டும் விமர்சனத்தில் தீவிரமாக ஈடுபட்டாள் அவள்.

'எல்லாம் தெரியுது சாவித்திரி. எனக்கு உனது சிறப்புகள் புரியுது. ஆனால் முதலாளிக்கு அவள் மீது லைக்கிங் ஏற்பட்டிருக்கு. அதனாலே ஒண்ணும் கெட்டுப் போகலே. நான் எடுத்துச் சொல்லி அவர் அபிப்பிராயத்தை மாற்ற முயல்கிறேன். நேற்றே நான் சொன்னேன்,'

சிவசைலத்தின் பேச்சு அவளுக்கு இனித்தது. அவர் உள்ளத்தில் இனிமை நிறையச் செய்வதற்காக அவள் சொகுசுப்பார்வை வீசி, சிங்காரச் சிரிப்பு சிதறி, ஓய்யார அசைவுகள் அசைந்து மெதுமெதுவாக முன்னேறிக் கொண்டிருந்தாள். இருவருக்குமிடையே கிடந்த தூரம் குறைந்து வந்தது.

'நீங்க தான் சொல்லணும் தயவு வைத்து...' என்று குழைந்தாள் அவள்.

'இஹிஹி, இதிலென்ன தயவு! கலையை கௌரவிக்க வேண்டியது என் கடமை. திறமைக்குரிய மதிப்பை வாங்கித் தரவேண்டும் அது தான் என் லட்சியம்' என்று பல்லெல்லாம் காட்டிப் பேசினார் அவர்.

'நீங்கதான் உதவி செய்யணும் என் நடிப்புத் திறமை எல்லோருக்கும் தெரியும்படியான சந்தர்ப்பம் தாருங்கள்' என்று சொன்ன சாவித்திரி அவர் அருகிலேயே வந்துவிட்டாள்.

'அதுக்காகத்தானே நாங்கள் நாடக மன்றம் ஆரம்பிக்கத் திட்டமிட்டிருக்கிறோம். திறமை, மேதை எல்லாம் மூலைக்கு மூலை சிதறிக் கிடக்கின்றன. அவற்றையெல்லாம் ஒன்று சேர்த்து முன்னுக்கு கொண்டுவர வேண்டும்; நம்மால் முடிந்த வரை பல நபர்களுக்கு ஆதரவளிக்க வேணும் என்பது தான் எங்கள் நோக்கம். ஆனால் சில பேரு முதலிலே சான்ஸ்

கிடைக்கிற வரை வளைய வளைய வருவது; அப்புறம் தங்களைப் பற்றிப் பிரமாதமாக நினைத்துக் கொள்வது என்று திரிகிறார்கள். அப்புறம் என்னாகுது? ஆதரிக்க ஆள் இல்லை என்றதும் அவங்க பின்னுக்குப் போய்விடுகிறாங்க!' இப்படி உண்மையை உண்மைக்காகவே பேசும் உத்தமர் போல் அறிவித்தார் அவர்.

சேலைத் தலைப்பு அவர் மேல் தழுவிக்கிடக்கும்படி நெருங்கிவந்து விட்ட சாவித்திரி சொன்னாள்: 'நான் அப்படி யெல்லாமில்லை. என் குணம் என் கூடப்பழகி பார்த்தால் தான் தெரியும்.

'தங்கமான குணம்னு நல்லாத் தெரியுதே!' என்று இளித்தார் அவர். அவளது கைகளைப் பற்ற முயன்ற வேளையிலே அவள் துள்ளி விலக்கினாள். 'ஐயோடீ! உங்களுக்கு நான் காபி கொடுக்கலியே கொஞ்சம் இருங்க. இதோ ஓவல் கொண்டு வாறேன்' என்று ஓடிவிட்டாள்.

'வலுத்த குட்டிதான் போலிருக்கு. உம், இருந்தாலும் புறா வலிய வந்து வலையிலே சிக்கிக் கொள்ளும் என்று புரியுது' என அவரது அந்தராத்மா உபதேசித்தது.

இதற்குள் சியாமளாவும் மற்றவர்களும் வந்து விட்டனர். 'சனியன்கள்! இன்னும் கொஞ்ச நேரம் தொலைந்து போயிருக்கப் படாதா?' என்று புகைந்தது அவர் உள்ளம்.

'வாங்க, வாங்க' என்ற உபசரிப்பு பலமாக அடிபட்டது.

அவள் எங்கே? உங்களைத் தனியாக உட்கார வைத்து விட்டு அவள் உள்ளே என்ன செய்கிறாள்? ஏண்டி சாவித்திரி, வந்தவரைக் கவனிக்காமல்.. என்று அதட்டினாள் அம்மா. கையில் ஓவல் நிறைந்த கிளாஸை ஏந்திய வண்ணம், முகத்திலே முழுநகை மலர அசைந்து வந்த சாவித்திரி 'ஓ நான் கவனியாமல் இருப்பேனா! என்று சொல்லி, அவரிடம் அன்பாக அளித்தாள்.

'நீங்க வந்து ரொம்ப நேரமாச்சோ?' என்று பெரியவள் விசாரித்தாள். 'வந்து அஞ்சு நிமிஷம்கூட இராது. அவர் வந்ததும் - இருங்கள். எல்லோரும் இப்ப வந்து விடுவார்கள் என்று சொல்லி விட்டு நான் ஓவல் தயாரிக்கப் போனேன்' என்று நல்ல பிள்ளையா நடித்தாள் சாவித்திரி.

'பரவால்லியே, இவள் பிழைத்துக் கொள்வாள். மேடையில் இவள் நடிப்பு எப்படி இருக்குமோ! வாழ்க்கையில் அற்புதமாக நடிக்கிறாள்' என்று நினைத்தார் சிவசைலம்.

'இன்னும் இரண்டு மூன்று நாட்களில் முதலாளி கார் அனுப்பி வைப்பார். வந்து சேருங்கள். நான் சும்மா இந்தப் பக்கமாக வந்தேன். உங்க விலாசம் ஞாபகம் வந்தது. அப்படியே பார்த்துவிட்டுப் போகலாமே என்று...'

'அதுக்கென்ன! நீங்கள் அடிக்கடி வாருங்கள் உங்க மாதிரிப் பெரிய மனிதர்கள் தயவு இருந்தால் தானே குழந்தைகள் நல்ல நிலைமைக்கு வரமுடியும்' என்றாள் அம்மா.

சிவசைலம் முதல் முற்றுகை அபார வெற்றியளித்துவிட்டது என்ற தன்னம்பிக்கையுடன் அங்கிருந்து புறப்பட்டார். குமாரிகள் கும்பிட்டு வழியனுப்பி வைத்தனர். சாவித்திரி கைகுவித்த தன்மையில் கலை நயமும் தனி எழிலும் இருப்பதாக அவர் நம்பினார். அவள் குறுகுறு விழியின் அன்புப் பார்வையிலே, இதழ்க் கடையின் சிறு சிரிப்பிலே எவ்வளவோ அழகும் அர்த்தமும் நிறைந் திருப்பதாகத் தோன்றியது அவருக்கு. பதிலுக்கு புன்னகையும் கெளரவக் கையசைப்பும் அருளிவிட்டு நகர்ந்தார் அவர்.

18

முதலாளி புன்னைவனம் அவர்களுக்கு ஏராளமான பணம் இருந்தது. அதனால் பணத்தோடு பணம் சேர்வதற்குப் பல வழிகளும் இருந்தன. ஆகவே அவருக்கு வேறு பசிகள் அதிகரித்தன அவற்றில் முக்கியமானது புகழ்ப்பசி.

அவரது புகழ் ஆசையைத் திருப்தி செய்வதற்குத் திட்டங்கள் இட்ட அன்பர் சிவசைலத்திற்கு நாடகத்திலும் இதர கலைகளிலும் ஆர்வம் அதிகமிருந்ததினால் கந்தர்வ கலா மண்டபமும், நாடக மன்றமும் அமைக்கும்படி தூண்டிவிட்டார். இம் முயற்சிகளில் பணத்தோடு புகழுங் கிடைக்கும் என்று ஆசைத் தீயைக் கிளறினார்; இவற்றுடன் அழகான பெண்களின் உண்மை அழகு இல்லாவிட்டாலும் தளுக்கு மினுக்கும் சிங்காரிகளின் - உறவு தாராளமாகக் கிடைக்கும் என்ற சபலமும் எழுந்தது முதலாளிக்கு. அவர் மறுக்கவில்லை. கலையின் போர்வையில் தான் நடத்த விரும்பிய இன்ப விழாவுக்கு வெற்றிகரமாகக் கொடி கட்டியது போலவேயிருந்தது சாவித்திரி. சியாமளா, சந்திரா ஆகியோரின் படையெடுப்பு

'சியாமளா நல்ல பெண்' என்ற நினைப்புத் தோன்றியது அவருக்கு அவர் மனம் வைத்தால் சுலபமாகக் கிடைத்துவிடக் கூடியவள்தான். பணம் இருக்கும் பொழுது அவளைப் போன்றவர்கள் எட்டாக் கனிகளாகவா விளங்கப் போகிறார்கள்!

முதலாளி வீண் கவலை கொள்ளவில்லை. அவசரப் படவுமில்லை. எல்லாம் இயல்பான போக்கிலே எப்படி நடை பெறவேண்டுமோ அந்த முடிவையே எட்டும் என்ற நம்பிக்கை அவருக்கும் உண்டு. இந்த ரகப் பசிக்கு ஏற்ற விருந்துக்குப் பஞ்சமே கிடையாது. பின் என்ன?

நாடகக் கலை சர்வாதிகாரி ராமண்ணாவின் துணையுடன் கலை உலகப் புகழ் பெறுவது மட்டும் போதாது. கந்தர்வ கலா

மன்றம் காரணமாகத் தன் பெயர் அடிக்கடி பத்திரிகைகளில் அடிபடும் என்பது வாஸ்தவம். ஆனால் அது மட்டும் போதுமா? இவ்விதம் குரல் கொடுத்தது மனக்குறளி, 'அரசியலில் கலந்து கொண்டால்தான் புகழ் அதிகம் வரும். அதைத் தொடர்ந்து பதவியும் வரும். திறமையும் வசதியும் இருந்தால் கிடைக்கக் கூடிய பெரிய பெயரையும் பதவியையும் வைத்துக் கொண்டு இஷ்டம் போல் பணம் பண்ணி விடுவதும் சாத்யமே' என்று எண்ணினார் புன்னைவனம்.

அவர் எண்ணுவதெல்லாம் அற்புதக் கருத்துகளாகும் என்று ஆமோதிக்கத் தயங்காத சிவசைலம் முதலாளியின் இந்த நினைப்புக்கும் சபாஷ் போட்டு, ஆரவாரமாகக் கரகோஷம் செய்தார்.

'புதிதாக ஒரு கட்சி ஆரம்பிக்கலாமா? அல்லது இருக்கிற கட்சி எதையாவது ஆதரித்து நாமும் ஆதரவு தேடிக்கொள்ளலாமா?' என்று கேட்டார் அவர்.

'புதுக்கட்சி எதற்கு? தெம்பில்லாமல் இருக்கிறது தனி உரிமைக் கட்சி. அதன் தலைவர் சுயம்பிரகாசம். அவரே தலைவர்; தலைவர் தான் கட்சி என்ற முறையில் உயிர் வைத்துக் கொண்டிருக்கும் சில கட்சிகளில் அதுவும் ஒன்று அவர் சுலபமாக உங்கள் தலைமையை யும் தலையீட்டையும் அங்கீகரித்து ஆனந்தமடைவார். அப்புறம் அவர் உதவியுடன் தீவிரப் பிரசாரங்கள், பிரசங்கத் திட்டங்கள், சுற்றுப் பிரயாணங்கள். புகழ் பெறும் ஸ்டண்டுகளில் எல்லாம் ஈடுபட்டு விடலாம். இதனால் கட்சி, தலைவர், நீங்கள், நான், நம்ம லட்சியம் - எல்லோருக்கும் எல்லாவற்றுக்குமே நல்லது!' என்று வழி வகுத்துக் காட்டினார் அன்பர்.

அவ்விதம் செய்யத் தயங்கவில்லை முதலாளி புன்னைவனம் 'நம்ம கட்சிப் பிரசாரத்திற்காக ஒரு பத்திரிகை தேவை. இது நமக்குப் புகழ்பாடும். நமக்கு வேண்டாதவர்களைப் பற்றி

வசைபாடும். ஆரம்பிக்கலாமா?' என்று விதை தூவினார் முதலாளியின் மூளையாகப் பணி புரிந்த சிவசைலம்.

'உம் யோசித்துத் தான் செய்யணும்!' என்று இழுத்தார் செல்வர்.

'நான் ஏன் சொல்கிறேன் என்றால் நாட்டில் நாலா வகைகளிலும் நமது செல்வாக்கை நிலை நிறுத்த வேண்டும். கலை, அரசியல், தொழில், பத்திரிகை முதலிய பல முனைகளிலும் நமது ஆதிக்கத்தை நாட்டி விட்டால் அப்புறம் நம்மை யார் என்ன செய்துவிட முடியும்? எல்லாப் பயல்களும் நம்ம தயவை எதிர்பார்த்துக் கிடக்க வேண்டிய அவசியம் ஏற்பட்டு விடாதா என்ன? இந்த நாட்டின் மகத்தான பிரபலஸ்தர், இவாள் இல்லாமல் எந்தக் காரியமும் நடக்க முடியாது என்கிற மாதிரி ஒரு மயக்கத்தை சிருஷ்டித்து விடலாம். நான் சொல்றது புரியலே?'

'புரியுது புரியுது! ஆனால் பணம் அதிகமாகக் காலியாகு மேன்னு தான் யோசிக்கிறேன்' என்று தலையைத் தடவினார் முதலாளி.

'நீங்க அதைப் பற்றிக் கவலைப்படலாமா? பணத்தைப் போட்டுத் தானே பணத்தை இழுக்கணும் கெண்டையை வீசி வராலை இழுக்கிறமாதிரி,ஆரம்பத்திலே செலவாகத் தான் செய்யும். ஆனால் பின்னாலே அதுக்குத் தகுந்த பலன் கிடைக்குமே! அதை நீங்க மறந்து விடலாமா முதலாளி?' என்று அழுத்தம் திருத்தமாகக் கூறினார் சிவசைலம்.

'உம். பார்க்கலாம்' என்று தான் சொல்லமுடிந்தது முதலாளியினால்.

19

ஒவ்வொரு நாளும் குமுதத்திற்கு வேதனைச் சுமையாகவே தோன்றியது. வாழ்க்கை சுடும் வெயிலாக இருந்தது அவளுக்கு. கனவுகாணும் உள்ளம் எதிர்காலத்தில் இனிய பசுமையைக் காட்டி வந்தது நிகழ்காலத்தை விரட்டி விட்டு முன் வந்த அனுபவம் எல்லாம் வறண்ட கானல் தான்' என்று நிரூபித்தது. அவள் வாழ்க்கை யிலே பகட்டும் மினுக்கும் பெறவேண்டும் என்று விரும்பவில்லை. யோக்கியமாக நாளோட்ட வேணும் என்றுதான் ஆசைப்பட்டாள்.

முடியவில்லை. அவளுக்கு உதவிசெய்ய முன்வந்தவர்கள் அவள் தன் உடலைத் தரகுக் கூலியாகத் தந்துவிட வேண்டும் என்று ஆசைப்பட்டார்கள். காதல் என்ற பெயரில் அவளைக் கறைபடுத்தத் தயாராக இருந்தவர்கள் அவளது வாழ்க்கை அந்தஸ்து பற்றி உறுதியளிக்க முன்வரவில்லை. கல்யாணம் என்ற பெயரில் அவளை ஏற்றுக்கொள்ள முன் வந்த ஒன்றிரண்டு பேரை அவள் மனம் விரும்பவில்லை.

வாழ்க்கையில் எதிர்படும் தொல்லைகளைச் சகித்துக் கொள்ள முடியும். ஆனால் இன்றியமையாத வாழ்க்கைத் தேவைகள் வஞ்சிக்கப்பட்டவர்கள் மேலும் மேலும் காலத்தில் கொடுமைக்கு உள்ளாக்கும் போது சகிப்புத்தன்மையை மட்டுமல்ல, மனத்தெம்பு. எதிர்கால நம்பிக்கை முதலியவைகளையும் இழந்துவிடுவது இயல்பே.

உடை, உணவு, வசிக்குமிடம் முதலிய அன்றாட அவசியத் தேவைகளில் குறை ஏற்படும்போது மனம் உற்சாகத்தை மறந்து விடுகிறது. எதுவும் செய்வது இயல்வதுமில்லை. செய்யவேண்டும் எனும் ஆசை எழுவதுமில்லை. சோம்பிக் கிடப்பதே பொழுது போக்காகி விடுகிறது. குமுதத்தின் தினசரி வாழ்க்கைத் திட்டம் அதுவேயாயிற்று.

சில சமயங்களில் மனம் கூட சோம்பல் நிலையை அடைந்து. விடுகிறது. எண்ணம், ஏக்கம், ஆசை, துடிப்புகள், கனவுகள்.

எதையும் சிருஷ்டிக்கத் தெம்பற்று சோர்ந்து கிடக்கும். திடீரென்று பழங்கால நிகழ்ச்சிகளின் நினைவு எழுந்து காரணமில்லாமல் அழுகையைத் தூண்டலாம். குமுதம் அழுது அழுது காலம் கடத்தினாள்.

இப்படி எத்தனை காலம் வாழ்ந்துவிட முடியும் என்ற கேள்வி எல்லையில்லா எதிர்காலத்தைப் பற்றிய அச்சத்தை எழுப்பியது. ஏதாவது நிகழும்; சௌக்கியமாக வாழ்ந்துவிடலாம் என்ற எண்ணம் நிறைந்து நின்றது முன்பு அவள் மனதில். பின் அது தேய்ந்து தேய்ந்து 'என்ன புதுமை பூத்துவிடப் போகிறது நம்மவாழ்விலே!' என்ற அலட்சியத்துக்கு வித்திட்டது.

திடீரென்று எதிர்ப்பட்ட அதிசயம் தான் தாமோதரனை அவள் முதன் முதலாகக் கிணற்றருகே சந்தித்தது. இரண்டாவது சந்திப்பு மனோகரமானதாக இல்லை. விரக்தியை வளர்த்தது. எனினும் அவனைப்பற்றி எண்ணாமலிருக்க முடியவில்லை.

'தாமோதரன் அதிசயமானவன் தான். அவன் ஒரு லூஸ் போலிருக்கு!' என்று நினைத்தாள் குமுதம். அவனை மறுபடி சந்திக்கக் கூடாது என நினைத்தவள் என்றைக்காவது ஒரு நாள் அவனைப் பார்த்து 'என்ன, உங்கள் ஆலோசனையின் முடிவு என்ன? ஏதாவது ஞானோதயம் ஏற்பட்டதா? என்று கேட்டுவிட வேணும் என விரும்பினாள். 'நாளைப் போகலாம். நாளைப் போகலாம்' என்று ஒவ்வொரு நாளையும் தள்ளிவந்தாள் அவள்.

20

தகதகக்கும் நெருப்பை வர்ணமாக்கித் தனி ரக ஓவியம் தீட்டியது போல் செக்கச் சிவந்திருந்தது மேல்வானம். அற்புத சக்தி எதுவோ ஆகாயத்திலே அழித்து விந்தைக் காவியம் வரைந்து கொண்டிருந்தது. தினம் புதுவனப்பு பூக்கும் ஒளிச்சோலை அந்திவானம், பொன்மயமாய், விதவித வண்ணக் கலவைகளின் விளக்க இயலாச் சித்திரமாய் திகழும் மாலைச் செவ்வானத்தைக் கண்டு தன்னை மறந்த நிலையிலே அமர்ந்து விடுவது தாமோதரனின் பண்புகளில் ஒன்று.

அன்று தனியிடத்தில் மேல்வானத்தின் ஒளிக் கவிதையை ரசித்தபடி அமர்ந்திருந்த தாமோதரனின் உள்ளத்தில் அமைதியில்லை. அவனது உள்ளப்பரப்பு கூட நெருப்பு நினைவுகள் நீள்நாக்கு எழுப்பிக் கொதிப்புறுத்தும் செவ்வானமாகவே மாறியிருந்தது. அளவிட முடியாத உள்ள வானிலே இனிய நினைவுகள் குளுமை நிலவு போல் படர்வதும் உண்டு. எண்ண மணிகள் தாரகைகள் போல் கண்சிமிட்டுவதும் உண்டு. எரிக்கும் வெயிலெனக் கொடுஞ் சிந்தனை குமுறுவதுமுண்டு முன்னறிவிப்பின்றி - முன் அறிக்கைகள் எதற்கும் கட்டுப்படாமல் - திடீர் திடீரென வானிலை மாற்றங்கள் நிகழ்வது போலவே, அவன் உள்ளத்திலும் மாறுதல்கள் ஏற்படும்

அவன் எப்பொழுது மகிழ்வுடன் இருப்பான். எந்நேரத்தில் சீறிவிழுவான், எவ்வேளையிலே பிறரிடம் அன்பாகப் பேச விரும்பாது சிடுசிடுப்பான் என்றெல்லாம் முன்னதாகவே கூறிவிட முடியாது. சிலரிடம் வெறுப்புக்காட்டும் அவன் உள்ளத்தில் சிலர் மீது அதிக அன்பு பிறக்கும். பலரிடம் இரக்கம் இல்லாதவன் போல் நடந்து கொள்ளத் துடிக்கும் அவனுக்கு சிலரிடம் அளவிலா அனுதாபம் ஏற்படும், சிலர் மீது அதிக ஆத்திரம் உண்டாகும். முரண்பாடுகளின் தொகுப்பு அவன் என்பதை அவனுடன் பழகுகிறவர்கள் உணர்ந்து விடமுடியும்.

அவன் உள்ளம் அன்று குமைந்து கொதிப்பேறியிருந்தது. காரணமில்லாத வேதனை இதயத்தில் அரித்துக் கொண்டிருந்தது. அந்திச் செவ்வானம் அவனுக்கு வழக்கம்போல் அழகுக் காட்சியாக மிளிர்ந்து அமைதியும் ஆனந்தமும் தரவில்லை. ஆனால் தன் உள்ளக் கொதிப்பின் பிரதிபலிப்பாகவே கண்டான் அதை.

உலக மக்களில் வாழ்க்கை வசதிகள் வஞ்சிக்கப் பெற்றுள்ளோரின் கொதிக்கும் இதயச் சித்திரம் அது; குமைந்து குமுறுவோரின் தீக்கண் விழிப்பு அது; உழைத்து உழைத்து மெலிந்து சாவோரின் இதய ரத்தம் அது; என்றேனும் ஒரு நாள் விழித்தெழுந்து வெறியாட்ட வீணர்களுக்குச் சாவோலை தீட்டத் தயாராகும் மக்கள் காட்ட விரும்புகிற அபாய அறிவிப்பு அது! இவ்விதம் அடுக்கிக் கொண்டிருந்தது அவன் மனம்.

அவனுக்கு வாழ்க்கையில், பலரது வாழ்வைப் பாழாக்கித் தாம் வாழ வழி வகுத்துக் கொள்கிற சிலர் போக்கில், சரியாக வாழ இன்னும் கற்றுக்கொள்ளாத மனிதரிடத்தில் வெறுப்பு ஏற்பட்டிருந்தது. வெறுப்பு குமுறலையும் கொதிப்பையும் வளர்த்தது. சென்ற சில தினங்களாகவே அவனது ஆத்திரமும் குழப்பமும் அதிகரித்து வந்தன

முதலாளி புன்னைவனம் அவர்களின் சுய விளம்பர முயற்சிகள் எல்லாம் சிறப்பாகத்தான் நடைபெற்றுவந்தன. 'கந்தர்வ கலா மண்டபம் திறப்பு விழா நிகழ்ந்து சில வாரங்கள் ஓடிவிட்டன. அன்பர் சிவசைலத்தின் சுயநலத் திட்டங்களும் வெற்றிகரமாக உருப்பெற்று வளர்ந்தன அடிக்கடி அவரை சாவித்திரியின் வீட்டிலே காண முடிந்தது. சியாமளா முதலாளியின் காரிலே உல்லாச பவனி போவதை நகரமக்கள் கண்டு இஷ்டம் போல் பேசி மகிழ எவ்வளவோ சந்தர்ப்பங்கள் கிடைத்தன.

நடிகர் ராமண்ணாவும் தலைவர் சுயம்பிரகாசமும் ஒன்றிரண்டு தடவைகள் செல்வர் புன்னைவனத்தின் விசேஷ உபசரிப்புக்கு

உரியவர்களானார்கள் என்ற செய்தியும் தாமோதரனுக்கு எட்டியிருந்தது.

முதலாளியும் அவரது வழிகாட்டியும் உண்மையில் 'கந்தர்வ கலைக்கழகம்' என்ற நாடகசபையைப் பிரமாதமாகத் தொடங்கி மகத்தான முறையிலே வளர்க்கத் திட்டமிட்டு உழைத்தார்களோ என்னவோ! ஆனால் வாழ்க்கை நாடகத்திலே தங்கள் வேஷங்களை மிகச் சிறப்பாக வகித்துப் பிறர் கவனத்தைக் கவர்ந்து கொண்டிருந்தார்கள். அவர்கள் போக்கிற்குத் துணைசெய்யும் உப்பாத்திரங்களாக விளங்கினார்கள் மற்றவர்கள்.

எல்லாவற்றையும் கவனித்த தாமோதரனுக்கு 'நாடகமே உலகம்' என்று பாடி விட்டுச் சும்மா தன் பாட்டிலே போகத் தெரியவில்லை. 'நாடகமே உலகம் என்பது நன்றாகப் புரிகிறது. ஆனால் அதில் நமக்குரிய வேஷம் என்ன என்பது தான் இன்னும் தெளிவாகப் புரியவில்லை' என்று எண்ணி ஒதுங்கி, சந்தர்ப்பங்களும் சூழ்நிலைகளும் இழுக்கும் இழுப்புகளின்படி இயங்கவும் மனம் வரவில்லை.

தான் எவ்வளவோ சாதிக்கவேண்டும்: தனக்காகக் காத்திருக்கும் விஷயங்கள் எத்தனையோ, தனது அரிய சிந்தனை மணிகளை அறிந்து வாழ்விலே உயர்வு பெறக் காத்திருப்பவர்கள் கணக்கற்றவர் என்ற நம்பிக்கையை அவனாகவே வளர்த்து விட்டான்.

அதனால்தான் தாமோதரன் நேர்மைக்காக நீதிக்காக உண்மையின் உயர்வுக்காக, மனிதத்தன்மையின் மேன்மைக்காக. வாழ்வின் வளத்துக்காகப் போராடும் பண்பினனாகத் தன்னை மாற்றிக் கொண்டான். 'உண்மையை உண்மைக்காகச் சொல்லியே தீர்ப்பது; சொல்ல வேண்டியது நம் கடமை விளைவுகளைப் பற்றி நான் ஏன் கவலைப்பட வேண்டும்?' என்ற இதய ஒலியுடன் அவன் தன் எண்ணங்களை எழுத்தாக்கினான்.

'என் உள்ளம் எரிமலை. எனது எண்ணங்கள் சிரிக்கும் செந்தீ-மடத்தனத்தை, சிறுமையை, வீணத்தனங்களையெல்லாம் சுட்டெரிக்கும் தீயேயாகும். அவை எங்கும் பரவவேண்டும் எண்ணற்றோர் உள்ளத்திலே உண்மைச் சிறு பொறியைப் பதித்து, சிந்தனைத் தீயைத் தூண்டி விட வழி செய்ய வேண்டும்' என்று அவன் அடிக்கடி நினைப்பதுண்டு.

உண்மையாளர்களின், சிந்தனைப் பெரியார்களின் உயர்ந்த எண்ணங்களை எல்லாம் மக்களிடையே பரப்ப வேண்டும் என்ற ஆசை அவனுக்கிருந்தது. மக்களின் வாழ்க்கைத் தரம் உயர அவர்கள் சிந்திக்கும் திறம் பெற வேண்டும்; அறிவு வளர்ச்சி பெற்றாக வேண்டும் என்று நம்பினான் அவன்.

பொருளாதார வளர்ச்சிக்கு வழியில்லாத மனிதர்கள் அறிவு வளர்ச்சி பற்றி அதிக அக்கறை காட்டுவதில்லை. பொருள் வளர்ச்சியில் மிகுந்து விட்டவர்களோ அறிவைப் பற்றிய கவலைக்கே இடம் கொடுப்பதில்லை. தன்னைப் போன்ற ஒரு சிலரே பிறருக்காக இதய வேதனை பெற்று வாழ வேண்டியிருக்கிறது; மற்றவர்களோ அலட்சியமாக 'உருப்படத் தெரியாதவர்கள்' என்று தங்களுக்குப் பட்டம் சூட்டி விடுகிறார்கள்' என்பதை உணர அவனுக்கு அதிககாலம் பிடிக்கவில்லை

பணமும் புகழும் பெருத்து விட்டால் மடையர்கள் கூட மக்களின் ஆதரவை அதிகம் பெற்றுவிட முடிகிறது மனித சமுதாயத்திலே! உண்மையில் அவர்கள்தான் மதிப்புப் பெற முடிகிறது. அவர்கள்தாம் வாழ வகைசெய்து மனித குலத்தை வீழ்ச்சிப் பாதையிலேயே இழுத்துச் செல்கிறார்கள் இவற்றை உணர உணர அவன் உள்ளக் கொதிப்பு அதிகரித்தது. தனது குமுறல்களையெல்லாம் காரசாரமாக எழுதி வைத்தான் தனது குறிப்புப் புத்தகத்திலே. அதைத்தவிர அவன் வேறு என்ன செய்துவிட முடியும்? கொதிநிலை மீறிவிடும்போதுதான். இடம் காலம் முதலியவைகளைக் கவனிக்காமல் சுடுசொற்கள் சிதறிவிடுவது வழக்கம். மற்ற வேளைகளில்

துண்டுப்பிரசுரங்கள், பத்திரிகைக் கட்டுரைகள் மூலம் தனது எண்ணங்களை வெளியிட முயன்றான்.

அவனது செயல்கள் பாராட்டுதல்களைப் பெறுவதும் உண்டு. போற்றுதல்களை விட அதிகமான எதிர்ப்புகளை, தாக்குதல்களை. பயமுறுத்தல் கடிதங்களைப் பெற்றுத் தருவதும் வழக்கமே. அநேகமாக எச்சரிக்கைகள் எல்லாம் வெறும் மிரட்டல்களாகத்தான் முடியும். புன்னைவனத்தின் புகழ் முயற்சிக்குப் பாதகமாக அவன் பேசிய தினத்தன்று இரவிலே நிகழ்ந்த நிகழ்ச்சிகளின் எதிரொலியாக ஆபத்து விளையலாம் என எதிர்பார்த்தான் தாமோதரன். ஆனால் விபத்துக்கள் எதுவும் வந்து சேரவில்லை.

சிவசைலம் இன்பப் பொழுதுபோக்குகளில் தீவிரமாக ஈடுபட்டு விட்டதனால் அவர் எச்சரிக்கைக் கடிதத்தை வெத்து வேட்டு அந்தஸ்திலேயே விட்டுவிட்டார். அவரது திருவிளையாடல்களும், புன்னைவனத்தின் முயற்சிகளும் தாமோதரனின் கவனத்தைக் கவராமலிருக்க முடியுமா?

பணபலம் இருப்பதனால் அவர்கள் நினைத்ததைச் சாதிக்க முடிகிறது. கழகம் தொடங்கவும், கட்சியின் ஆதரவைப் பெறவும், செல்வாக்கை வளர்த்து பிறர் கண்களையும் அறிவையும் மழுங்கவைக்கவும் முடிகிறது. தன்னைப் போன்றவர்களோ உயர்ந்த நோக்கங்களை, லட்சியத் திட்டங்களைப் பூர்த்தி செய்துகொள்ள முடியவில்லை. உண்மையாக உழைத்தாலும் உரிய பலன் கிடைப்பதில்லை.

திறமைசாலிகள் உரிய போற்றுதலைப் பெறமுடியாத சமயத்திலே, தகுந்த கவனிப்பைப் பெறுகிற அளவுக்கு மக்களைத் திருப்புவதற்கு ஆவனவற்றைச் செய்ய அவசியமான தேவைகளைக்கூட அடையமுடியாதபோது, எல்லா வசதிகளும் உடைய வர்கள் பிறர் கவனத்தை சுலபமாகக் கவர்ந்துவிட முடிகிறது. எளிதில் பலரது கரகோஷங்களையும், தலையாட்டுதல்கள். பஜனை பாடல்களையும் பெற்றுவிடுகிறார்கள். இப்படிப் பலரும்

கௌரவிக்கத் தொடங்கி அவர்களைச் சுற்றிக் கும்பல் கூடவும் அவர்கள் உண்மையிலே தாங்கள் மகாமேதைகள், எல்லாம் தெரிந்தவர்கள் என்று நம்பி விடுகிறார்கள். மற்றவர்களுக்குப் போதிக்கவேறு வந்து விடுகின்றனர்.'

இந்த எண்ணம் தாமோதரனின் உள்ளத்தீயைப் பொங்கி எழச் செய்தது. தன் ஆத்திரத்தைத் தீர்த்துக் கொள்வதற்காக ஒரு சிறு புத்தகம் எழுதியே தீர்ப்பது என்று துணிந்து வீட்டிற்குக் கிளம்பினான் அவன்.

கொதிப்பின் விளைவாகக் கிளம்பும் கட்டிகள்போல, வானப் பரப்பில் நட்சத்திரங்கள் தெறித்தன. செவ்வானம் இருள்வானாகிப் பின் ஒளிப் பூங்காவாக மாறும் விந்தையை ரசிக்கும் பண்பு அவனுக்கிருந்தது. ஆனால் இப்பொழுது அவன் வானத்து வனப்புகளை ரசிக்கும் தன்மையில் இல்லை.

அவன் வீடு திரும்பும்பொழுது எதிரே காரில் ஜம்பமாகச் சென்று கொண்டிருந்த சிவசைலம், சாவித்திரி, சியாமளா ஆகியோர் அவன் பார்வையில் பட்டனர். 'இவர்கள் வாழ முடிகிறது. தங்கள் மானத்தை, சுதந்திரத்தை - உடலையும் கூட - பிறருக்கு அடிமையாக்கி விடுகிறவர்கள் வெளியுலகில் பிரமாத வெளிச்சமிட்டுத் திரிய முடிகிறது. அதோ காரில் போகிறானே வீணன், அவனுக்கு என்ன தகுதியிருக்கிறது சகல சுக சௌகரியங்களுடனும் வாழ்க்கை நடத்துவதற்கு? அவன் அருகிலே இருக்கிறார்களே பகட்டு வீணிகள் அவர்களுக்கு என்ன உரிமையிருக்கிறது மற்றவர்களை, அவர்களின் வாழ்க்கை முறைகளை, பழித்துக் காட்டுவதுபோல் படாடோபமாகத் திரிவதற்கு? யோக்கியமாக வாழ்க்கை நடத்த முயல்கிற குமுதம் அன்றாட அவசியத் தேவைகளைக்கூட அடையமுடியவில்ல. தங்கள் வாழ்க்கையைப் பாழாக்கி பிறர் வாழ்வையும் நாசமாக்கத் திட்டமிட்டு வாழும் இந்த நாசகாரிகள் நடத்துகிற ஆடம்பரப் பிழைப்பு குமுதம் போன்றவர்களின் மனதை மாற்றி அவர்களையும் பாழாகும்படி தூண்டினால் வியப்பில்லை.

இத்தகைய சூழ்நிலையிலும் குமுதம் தனது தனித்துவத்தைக் காப்பாற்றிக் கொள்ளத் துடிக்கிறாளே அதுதான் வியந்து பாராட்டுவதற்குரிய பெரிய விஷயம். வாழ்க்கைப் போராட்டத்திலே கால வெள்ளம் இழுத்த இழுப்பில் சிக்கித் தன்னை இழந்து விடுகிறவர்களைப்பற்றி நினைப்பதற்கு என்ன இருக்கிறது? தன்னை இழக்காமல் போராடுகிறவர்களின் முயற்சி சிறந்தது. தன்னை இழக்காததுடன் போராடிப் போராடித் தனது தனித்துவத்தைப் பிறர் உணரும்படி வலியுறுத்தத் தவிக்கிறார்களே அவர்கள்தான் உண்மையான மனிதர்கள். மனிதத் தன்மை இந்த உலகத்திலிருந்து மங்கி மண்ணாகி விடவில்லை என்பதற்கு இவர்களைப் போன்ற வர்களின் வாழ்க்கைப் போராட்டம்தான் சரியான உதாரணம். இப்போரிலே இவர்கள் வெற்றி பெறாமல் போகலாம். எனினும் இவர்களது தோல்விகூட கௌரவமிக்கதேயாகும்.'

எண்ணச்சுழலில் ஆழ்ந்திருந்த தாமோதரன் வீடு சேர்ந்ததும் எழுத்து வேலையில் ஈடுபட்டான். இரவில் வெகுநேரம் வரை எழுதிக் கொண்டிருந்தான்.

காலையில் அவனால் எழுந்திருக்க இயலவில்லை. அசதி அதிகமிருந்தது உள்ளக் கொதிப்புடன் வாழ்ந்த அவன் உடலும் கொதித்தது இப்போது. தனக்குக் கடுமையான ஜுரம் வந்துவிட்டது என்பதை அவன் உணர்ந்தான்.

சரியான சமயங்களில் போதுமான அளவு சத்தான ஆகாரம் சாப்பிடாமலும், போதிய ஓய்வுமின்றி, மூளைக்கு மட்டுமே அதிக வேலை கொடுத்து வந்த தாமோதரனை எந்த நேரத்திலும் வியாதி பற்றிக் கொள்ளலாம் என்று அவன் நண்பர்கள் எதிர்பார்க்கா மலில்லை. எவ்வளவோ எச்சரித்தும் பயனில்லாமல் போயிற்று

காய்ச்சல் வந்த அன்று பூராவும் அவன் உணவு எதுவும் உட்கொள்ளவில்லை. மருந்து சாப்பிடவுமில்லை. அதற்குமுன் சில தினங்களாகவே தாமோதரனுக்குச் சரியான

சாப்பாடு கிடைக்க வசதியில்லை. பொருளாதார மந்தம் தான் காரணம். அறிவைத் துணை கொண்டு, பிறர் அறிவை வளர்க்க உதவும் தொழிலைக் கலையாகவும் வாழ்க்கையாகவும் தேர்ந்து கொள்ளும் யாரும் அரைப்பட்டினி நிலையில்தான் வாழவேண்டும் என்கிற நியதி நீடிக்கிற சமுதாயத்திலே, தனித்துவம் பேசித் தான் நினைத்த போக்கில் செயல்புரியத் துணிகிறவர்கள் முழுப்பட்டினி கிடக்க நேர்வது அபூர்வமல்ல. தினசரி நிகழ்ச்சிதான்,

தாமோதரனின் பொருள் நிலையுடன் அவனது அசிரத்தையும் சேர்ந்துதான் அவனுடைய தேகநலனுக்குக் கோளாறு விளைவித்தன. தேடிவந்த வியாதி தானாகவே ஓடிவிடும் என்ற நம்பிக்கை யிருந்தனால், அதைத் துரத்தியடிக்க அவன் எவ்வித முயற்சியும் எடுத்துக் கொள்ளவில்லை. படுத்துக் கிடந்த இடத்தை விட்டு எழுந்து போகச் சோம்பல் என்பதுடன் கையில் காசு இல்லை என்பதும் முக்கியமான காரணமே.

சும்மா விழுந்து கிடந்த அவனுக்கு காலம் அசைவதுபோல் தோன்றியது. அப்போது மாலை மணி ஆறரை. இருள் வெளியே ஆட்சி செலுத்துவதற்கு முன் அறையினுள் தன் சக்தியைப் பூரண மாகக் காட்டி விட்டது. உற்சாகமில்லாமல் புரண்டு கொண்டிருந்தான் அவன்.

கதவை யாரோ தட்டுவதுபோல் கேட்டது; விட்டு விட்டு ஒலித்தது. தயங்கியும் துணிந்தும் விடாமுயற்சியுடன் அந்தக் காரியத்தை எவரோ வெகுநேரமாகச் செய்து கொண்டிருக்க வேண்டும். தனது கவனத்தில் அது பதிய இவ்வளவு நேரம் பிடித்திருக்கிறது என்றும் புரிந்தது அவனுக்கு.

தட்டிப்பார்த்து அலுத்துப்போய், சென்று விடுவார்கள்; யாராக இருந்தாலும் சரியே; தொந்தரவு கொடுக்காமல் தொலைந்து போனால் சரிதான் என்று நினைத்து அசையாமல் கிடந்தான் அவன். வெளியே நின்று தட்டிய பொறுமைசாலியோ 'தட்டுங்கள், திறக்கப்படும்' என்ற வேதவாக்கிலே

அழுத்தமான நம்பிக்கை உடையவர் போலும்! அதனால் தளர்வுறாமல் தட்டும் சப்தம் எழுந்தது

'யார் இந்தச் சனியன், இங்கே வந்த எழவெடுக்கிறது?' என்று முனங்கியபடி எழுந்தான். நிமிர்ந்து உட்கார்ந்து எழுந்து நடப்பது பெரிய சாதனையாகத் தோன்றியது அவனுக்கு சிரமத்துடன்போய் கதவைத் திறந்து 'யார்?' என்று எரிச்சலாகக் கேட்க வாயெடுத்தான். எதிரே நின்ற குமுதத்தைக் கண்டு திடுக்கிட்டான்.

அவ்வேளையில் அவன் அவளை எதிர்பார்க்கவேயில்லை. சில வாரங்களுக்கு முன்பு அவள் எரிந்து விழுந்து 'இனி இப்பக்கம் திருப்பிப் பார்க்கவே மாட்டேன்' என்று சொல்லிப் போனவள் தனது சொல்லைக் காப்பாற்றி விடுவாள் என்ற நம்பிக்கையைத்தான் கொடுத்தது ஓடிய ஒவ்வொரு தினமும். இவனால் ஒன்றும் ஆகாது என்று தன்னை மறந்திருப்பாள் என எண்ணியிருந்தான். அவளிடம் தான் நடந்துகொண்ட முறை அபலைக்கு அனுதாபம் காட்டி உதவிபுரியும் சகோதரத் தன்மையாகயிருக்கவில்லை. துயருற்ற பெண்ணின் வேதனையை அதிகப்படுத்தும் இரக்கமற்ற செயலே யாகும் என்று அவன் மனம் குறுகுறுக்கும். அவளிடம் அதற்காக மன்னிப்புகோர வேணும் என்றுகூட எண்ணினான். அவளிருக்கு மிடம் தெரியாது என்பது போக, அவளுடன் ஏன் உறவு கொண்டாட வேண்டும்; அதனால் வீண் பழியும் அநாவசியத் தொல்லையும்தான் ஏற்படும் என்ற எண்ணமும் எழவே அவன் எதுவும் செய்யவில்லை.

ஆனால் அவளாக முன்வந்து நிற்கிறாளே! அவளைப்பற்றிக் கனவிலேகூட நினைக்காத போது! ஆகவே அவன் திகைத்து நின்றான்.

அப்படி நின்றதே களைப்புத் தருவதாகயிருந்தது. மயங்கிக் கீழே விழுந்தவிட நேரிடும் என்று தெரிந்ததும் அவன் அங்கேயே தரையில் உட்கார்ந்து சுவரில் சாய்ந்துவிட்டான், தலையைக் கையினால் தாங்கியபடி 'வேண்டாத சனியன்

தானாகத்தேடி வந்து உறவு கொண்டாடுகிறது என்று நினைக்கிறீர்களா?' என்று கேட்க வேண்டும் என மனதில் ஒத்திகை நடத்தி வைத்திருந்த குமுதம் தனது வசனத்தை மறந்துவிட்டு 'என்ன? ஏனிப்படி?' என்று பதட்டமடைந்தாள். அவன் பேசாமல் தலையை முழங்காலில் அமர்த்தி முட்டைக்கட்டிக் கொண்டு உட்கார்ந்துவிட்டது அவளுக்குக் கலக்கமளித்தது.

தன்னைச் சமாளித்துக் கொண்டு பதில் சொல்ல அவனுக்குக் கொஞ்ச நேரம் பிடித்தது. தனது பலவீனத்திற்காக வெட்கினான் அவன்.

அவனது நிலைமையை அறிந்து அவள் இரக்கம் கொண்டாள். அவன் வேதனை அவளது துயர ஏக்கத்தை மறந்துவிடச் செய்தது, 'என்ன நீங்கள்! இப்படியாயிருப்பது, உடம்பைக் கெடுத்துக் கொண்டு? மருந்து சாப்பிடாமல், சாப்பாடுமில்லாமல்! ஐயோ, உங்களைப் பார்க்கச் சகிக்கலியே' என்று பரிதவித்தாள் அவள்.

21

அவன் வியாதி இல்லாமலிருந்தால் 'இல்லையம்மா, நீங்க என்னைப் பார்த்துத்தான் ஆகணும்னு உங்களை யாராவது தாம்பூலம் வைத்து அழைத்தாங்களா? போ போ, வேலை மெனக்கட்டவளே!' என்று சீறிச் சிரித்திருப்பான். இப்பொழுது அவனுக்குப் பேசக்கூட மனமில்லை. மௌனமாகவே அமர்ந்திருந்தான்.

தாமோதரனைச் சந்திக்க வேண்டாம் என்றுதான் எண்ணியிருந்தாள் குமுதம் அவன் தன்னை கௌரவமாக மதிப்பதில்லை என்ற சந்தேகம் அவள் உள்ளத்தில் இடம் பெற்றிருந்தது. ஆனால் அந்த நினைப்பை அமுக்கிவிட்டு மேலெழுந்த ஆசைதான் வெற்றி பெற்றது.

'அவரைப் பார்த்துப் பேசி எத்தனையோ நாட்களாகி விட்டன. இன்று போய்ப் பார்க்கலாமே!' என்று தினம் எழுந்த எண்ணத்தைச் செயலாக்காமலே பல தினங்களைக் கழித்தாள் அவள். அவனால் ஒரு உதவியும் செய்ய முடியாது; கிண்டலாகப் பேசுவான்; அவ்வளவுதான் என்று நினைப்பாள். ஆனாலும் அப்படி அவருடன் பேசுவதிலே ஒரு இனிமை இருக்கிறது என்று அவள் மனம் சொல்லும். முந்திய சந்திப்புகளின் போது தாமோதரன் கூறிய பேச்சு ஏதாவது நினைவுப் பரப்பிலே குமிழிடவும் அவள் முகத்திலே மகிழ்ச்சி பூக்கும்.

குமுதத்தின் அன்றாட வாழ்க்கை சுடும் வெயிலாக இருந்த போதிலும் அவள் உள்ளம் பசுமையாகத்தானிருந்தது. தனது வேதனையைப்பற்றி அவள் புழுங்கும்போதுகூட அவள் தாமோதரன் வாழ்க்கையும் வேதனை நிறைந்ததாகத்தான் தோன்று கிறது. அவர் எப்படி வாழ்கிறாரோ புரியவில்லை!' என்று எண்ணுவது உண்டு.

அவனைப்பற்றி அவள் அறிந்து வைத்திருந்தாள். அவன் எழுத்துக்களையும் படித்திருந்தாள். 'அவர் நல்லவராகத்தான்

தோன்றுகிறார்' என்று எண்ணும் மனம். 'ஆனால் அவனால் எனக்கு எவ்வித உதவியும் செய்ய முடியாது என்றே தோன்றுகிறது' என்று குரல் கொடுக்கும் மனக்குறளி. இப்படி இருவிதப் பண்புகள் ஆட்டி வைத்தபடி இயங்கினாள் குமுதம்.

அவள் வாழ்வில் புதுமை பூக்க வழியில்லை. என்ன செய்வது? உயிர் வாழவேண்டும். கௌரவமாக வாழ என்னசெய்வது? இக்கேள்விகள் பல உருவங்களெடுத்து அவளைப் பிய்த்துப் பிடுங்கின விடைதான் கிடைக்கவில்லை.

தாமோதரனைப் போன்றவர்கள் சுலபமாக எழுதிவிடு கிறார்கள் கௌரவமாக வாழ வழிகள் எத்தனையோ! துணிய வேண்டும். பிறகு கவலையே கிடையாது. வேர்க்கடலை விற்றோ, விறகு வெட்டியோ, ஹோட்டலில் வேலை செய்தோ பிழைப்பு நடத்தி விடலாம். தெரு நடை மேடையிலே கைக்குட்டைக் கடை பரப்பி வியாபாரம் செய்கிறார்களே. அவர்கள் முகத்திலே படிந்துள்ள அலட்சிய பாவத்தைக் கவனித்தாயா? சமுதாயத்தின் போலி நாகரிகம், பகட்டான அந்தஸ்து, பொய்க் கௌரவம் இவைகளைத் துச்சமாக மதித்து நடுத்தெருவில் தலை நிமிர்ந்து நின்று சிறு பொருள் வியாபாரம் செய்யத் துணிந்தால் கூட எவனும் தன் வயிற்றுப் பாட்டிற்கு வகைசெய்து கொள்ள முடியும்! - இம்மாதிரி எழுதிவிட்டார் தோழர் உபதேசிக்கிறவர்களுக்குக் குறைவா என்ன! இவர் மாதிரி ஆசாமிகள் இப்படி வீண்வேலைகள் செய்வதைவிட உருப்படியாக உழைக்கட்டுமே, இதைச் சொன்னால் இவர்களுக்குக் கோபம் வந்துவிடும்.

ஒரு புத்தகத்தைப் படித்ததும் இவ்விதம் எண்ணினாள் அவள். நினைப்பு அவளுக்கே சிரிப்பு தந்தது. 'இதை அந்த அறிவுக் கொழுந்திடம் சொல்லவேண்டும். என்ன பதில் சொல்வார் என்று பார்க்கலாமே!' என்ற நினைப்பு சிரிப்பை அதிகப்படுத்தியது. 'என்ன சொல்வான் தெரியாதா! அறிவற்ற இந்த சமுதாயத்திற்கு வழிகாட்ட என்னைப் போன்ற

சிந்தனைச் சுடர்கள் தேவை. உங்களுக்கும் சேர்த்துச் சிந்தனை புரிந்து உயர்ந்த எண்ணங்களை உதிர்க்கும் நாங்கள் வேறு விஷயங்களைப் பற்றிக் கவலைப்பட முடியுமா? இப்படி ஏதாவது அளந்து வைப்பான்' என்ற எண்ணமும் தொடர்ந்து பிறந்தது.

தாமோதரன் மீது அவளுக்கு வெறுப்பு ஏற்படும். சில சமயம் அனுதாபம் பிறக்கும். அவனைப்பற்றி நினைப்பதே சில சமயம் அவளுக்கு இனிமையாக இருக்கும். ஆகவே அவள் உள்ளத்தின் தன்மையை அவளாலேயே முடிவுகட்ட இயலவில்லை. வீட்டில் முடங்கி எண்ணச் சுழலில் ஆழ்ந்து கிடந்தே வாழ்ந்துவிட முடியுமா என்ன? குமுதத்திற்கு வாழ்க்கைப் பிரச்னை நிரந்தரமாக அச்சுறுத்தி எதிர் நிற்கும் பெரிய விஷயமாயிற்றே!

மறுபடியும் டீச்சராகலாமா? அல்லது எங்காவது டைப்பிஸ்டாகச் சேரலாமா? என்ன செய்யலாம்? அவளால் விடை காண முடியவில்லை. அவள் மனக்குறளி குறும்பு பண்ணியது. தாமோதரன் எழுதியுள்ள படி செய்யலாமே. வெறும் கைக்குட்டை விற்க வேண்டியதில்லை. ஹேராயில், பவுடர், ஸோப்பு, ஸெண்டு முதலியவைகளையும் பைகளில் வைத்து எடுத்துக் கொண்டு போய், வீடுதோறும் சென்று விற்றாலென்ன? இந்த எண்ணம் அவளுக்கு முதலில் நகைப்பு உண்டாக்கியது. ஆனால் எண்ண எண்ணத் துணிவே பிறந்தது. அவள் அவ்விதமே செய்தாள்.

ஒரு கிழவி ஸூட்கேஸில் குங்குமம், சீப்பு முதல் வாசனைத் திரவியங்கள், ரிப்பன், பட்டுக்கயிறு வரை சகல பொருள்களையும் சுமந்து தெருத்தெருவாக அலைந்து விற்பனை செய்து தனிவாழ்வு வாழ்வதைக் கண்ட குமுதத்தின் மனம் உறுதியடைந்தது. எண்ணிய படி செய்தாள். நல்ல வரவேற்பிருந்தது. ஆகவே ஒவ்வொரு தினத்தையும் ஒரு மாதிரியாக ஒட்டியடைக்க முடிந்தது. தனது வெற்றிகரமான முயற்சியைப் பற்றி தாமோதரன் அறிய வேண்டும் என்ற

ஆசை ஒடுக்க முடியாத துடிப்பாக ஓங்கிவிடவே, அவள் அவன் வீட்டிற்குப் போனாள்.

தன்னை அவன் எதிர்பார்த்திருக்க மாட்டான்; தனது திடீர் விஜயம் அவனுக்கு ஆச்சர்யம் அளிக்கும்; அதைவிட வியப்புத் தரும் தனது வாழ்க்கைத் திட்டம் என்று நினைத்தாள் குமுதம் ஆனால் அவள் எதிர்பார்க்க முடியாத நிலையிலே அவன் காட்சி தரமுடியும் என அவள் எண்ணவேயில்லை.

குமுதம் போன பொழுது அந்த வீடு அடைத்துக் கிடந்தது ஆனால் வெளியே பூட்டப்பெறவில்லை. அவள் கதவைத் தட்டினாள். திறக்கவில்லை. நல்ல தூக்கம் போலிருக்கிறது என்று நினைத்தபடி போய் விட்டாள். மறுமுறை வந்த பொழுதும் கதவு மூடியே கிடந்தது வெகுநேரம் காத்து நின்றும், பலமுறை தட்டிப்பார்த்தும் உள்ளே யிருந்து எவ்விதமான சத்தமும் வராததனால் அவள் பயந்து விட்டாள். ஒருவேளை தாமோதரன் உள்ளே செத்துக்கிடக்கலாமோ என்ற திகில் ஏற்பட்டது அவளுக்கு. அதனால் ஓயாது தட்டிக் கொண்டிருந்தாள்.

அது தனி வீடு. பக்கத்தில் வீடுகளோ, ஜன சஞ்சார மோயில்லை. இருந்திருந்தால் அவளைப் பற்றி, அவள் அங்கு காத்து நிற்பதைப் பற்றி மனம்போன போக்கில் மதிப்பிட்டிருப்பார்கள். அவ்வேளையில் குமுதம் எதைப் பற்றியுமே கவலைப்படவில்லை. அறையினுள் ஆழ்ந்த துயில் பயில்பவனின் நெடுமூச்சு கூடக் கேட்கவில்லை என்ற உணர்வு எழுப்பிய அர்த்தமற்ற கலவரம்தான் நிறைந்திருந்தது அவள் உள்ளத்திலே.

அந்தக் குழப்பம் அதிகரித்தது. தாமோதரனின் நிலைமையை அறிந்ததும். அவனுக்காக அவள் மிகவும் வருந்தினாள். என்ன செய்யலாம்? அவனுக்கு அப்பொழுது என்ன தேவைப்படும்? என்று புரியாமல் திகைத்தாள். காப்பியோ, ரொட்டியோ வாங்கி வரலாம் என நினைத்தாள்.

ஆயாசம் சிறிது அடங்கியதும் தாமோதரன் கேட்டான்: 'சௌக்கியம் தானா? வாழ்க்கை எப்படியிருக்கிறது?'

'நம்மைப் போன்றவர்கள் சௌக்கியமாக வாழ்கிறோம் என்று திருப்தியுடன் சொல்ல முடியுமா என்ன? ப்சு. இருக்கு என்று இழுத்தாற் போல்தான் பதில் சொல்லணும்!' என்றாள் அவள். சூழ்நிலையை ஆராய்ந்தபடி. 'ஐயோ, குப்பையும் கிப்பையும். சே. ரொம்ப நாட்களாகச் சுத்தப்படுத்தவேயில்லைன்னு தெரியுது' என மனம் முனங்கியது.

'அது சரி. வாழ்வது...' என்று தொடங்கினான். அவன் சோர்வினாலோ அல்லது அநாவசியக் கேள்வி என்ற எண்ணத்தினாலோ அதை அப்படியே விட்டுவிட்டான். எனினும் கேட்க விரும்பியது என்ன என்பதை உணர்ந்து கொண்ட குமுதம் 'நீங்கள் காட்டிய வழியிலேதான்' என்று முடித்தாள்.

அவனுக்கு விளங்கவில்லை. 'என்னது?' என்றான்.

'உங்கள் உயர்ந்த யோசனையைப் பின்பற்றியே தான் நான் வாழ்க்கை நடத்துகிறேன்' என்று சொன்னாள் அவள், முக மலர்ச்சியுடன், அவன் விழித்தான்.

'நான் வழிகாட்டினேனா? அப்படி எனக்கு நினைவில்லையே. நான் யோசனையே சொல்லவில்லையே!'

'நீங்கள் எனக்கென்று விசேஷமாக யோசனை சொல்ல வில்லைதான். ஆனால் உங்கள் எழுத்துக்களில் அரிய ஆலோசனை கள் நிறைய யிருக்கின்றன. அவற்றில் ஒன்று எனக்கு உபயோகப்பட்டது.

ரொம்ப சந்தோஷம். நீ கூட நான் எழுதுவதைப் படிக்கிறாயா குமுதம்? மகிழ்ச்சி.

'ஏன், நான் படிக்கக்கூடாதா? இல்லை, நான் படிக்க மாட்டேன் என்று எண்ணினீர்களா?'

'பொதுவாக என் எழுத்துக்களை யாரும் படிப்பதில்லை என்ற நம்பிக்கை எனக்கு.'

'பின் நீங்கள் ஏன் எழுதுகிறீர்களாம்?' என்று கேட்டாள் அவள்.

என்னால் எழுதாமல் இருக்க முடியாது. அத்துடன் எழுது வதற்கும் ஏராளமான விஷயங்கள் அகப்படுகின்றன. அதனால்தான். நான் எழுதுகிறவற்றை படிக்கும் சிரமத்தை யாராவது எடுத்துக் கொள்கிறார்களா என்று ஆராய எனக்கு நேரமில்லை. ஆசையு மில்லை. படித்தால் படிக்கிறார்கள். படிக்காவிட்டால் போகிறார்கள்! என்று கூறிச் சுவரில் சாய்ந்தான் அவன். அவளிடம் சொன்னான்: 'நிற்கிறாயே, உட்காரேன்' என்று.

'ஆனால் என் எழுத்துக்களை ரசிப்பதுடன் என் ஆலோசனையைப் பின்பற்றி விட்டதாக நீ சொல்கிறாயே! அது ஆபத்தான விஷயமாயிற்றே!' என்றும் அறிவித்தான்.

'ஆபத்து ஒன்றுமில்லை' என்ற குமுதம் தனது திட்டத்தைப் பற்றிச் சொன்னாள். அவன் மௌனமாகச் சிரித்தான். 'ஏன் சிரிக்கிறீர்கள்?' என்று கேட்டாள் அவள்.

'வாத்தியாரம்மாளாக வேலை பார்ப்பதைவிட இது நல்லது என்றா நினைக்கிறாய்?' என்று வினவினான் அவன்.

'நல்லதோ கெட்டதோ, எனக்கு இது பிடித்திருக்கிறது' என்ற குமுதம் திடீரென்று நினைத்துக் கொண்டவள் போல் சொன்னாள்: 'பார்க்கப் போனால் எது தான் முடிந்த லட்சியமாக, மிக மகிழ்வு தருவதாக உள்ளது? வாத்தியாரம்மாக்களில் சில பேர் சினிமா எக்ஸ்ட்ராக்களை லட்சியங்களாகக் கொண்டிருப்பதாகத் தெரிகிறது. அவர்கள் நடையுடை பாவனையெல்லாம் அதைக் கூறுகிறது. சினிமா எக்ஸ்ட்ராக்கள் பெரிய ஸ்டாருகளை லட்சியமாகக் கருதலாம். பல குல விளக்குகள் கூட சினிமாக்காரிகள் மாதிரி வாழ முடியவில்லையே என்று எண்ணுவது இயல்பாகி விட்டது.

எல்லாரும் சினிமா ஸ்டார்களாகிவிட முடியுமா? அல்லது ஆகிவிடுவதுதான் நல்லதா?'

தாமோதரன் உதடுகளில் சிரிப்பின் ரேகை நெளிந்து மறைந்தது. 'உலகிலே பைத்தியத்தின் ரகங்கள் பலப்பல என்று முனங்கினான்.

'அதில் நீங்களும் ஒரு ரகம்தான். ஆனால் அதை நீங்கள் மறந்து விடுகிறீர்கள்' என்று சிரிப்புடன் கலந்து சொன்னாள் அவள்.

'என்னைப் பற்றிய உண்மைகள் எதையுமே நான் மறப்பதில்லை' என்று கூறி அவனும் சிரித்தான்.

'ஐயோ. நான் இப்படித் சிரித்துக்கொண்டு நிற்கிறேனே. உங்களுக்கு உதவி செய்யாமல். முதலில் நான் உங்களுக்குச் சுடச்சுட காப்பி கொண்டுவந்து தருகிறேன். அப்புறம் ரொட்டியோ எதுவோ.....

'அதெல்லாம் ஒன்றும் வேண்டாம்' என்று கண்டிப்பாகச் சொன்னான் அவன். ஆனால் அவள் அதிகக் கண்டிப்பாய்க் கூறினாள்: 'அதெல்லாம் முடியாது. நான் கொண்டு வருகிறவற்றை நீங்கள் கட்டாயம் சாப்பிட்டே தீரணும்' என்று. பின் சிறு பிள்ளை போல் கலகலவென்று நகைத்தாள்.

அந்த நேரத்திலே 'சரியான விளையாட்டுப் பிள்ளை இவள்' என்றே தோன்றியது அவனுக்கு. அவள் பள்ளிக்கூடத்துப் பிள்ளைகளிடம் அதிகாரம் செய்வது போல் விரலசைத்துத் தலையை ஆட்டிக்கொண்டு பேசியது கண்டு ரசிக்கத் தகுந்த வேடிக்கைக் காட்சியாகயிருந்தது.

'நான் திரும்பவும் வருவேன். அதற்குள் கதவைத் தாழிட்டுக் கொண்டு மூச்சுக் காட்டாமல் உள்ளே பதுங்கி விடக்கூடாது. என்ன, தெரியுமா?' என்றாள்.

'சரிதான் டீச்சர்!' என்றான் அவன் குறும்புச் சிரிப்புடன். முழுநகை முகத்திலே புரள, விழிகளில் தனி ஒளி திகழ அவனைப் பார்த்து விட்டு வெளியேறினாள் குமுதம்.

22

சொல்லியபடியே செயல் புரிந்தாள் குமுதம். அன்று மட்டுமல்ல, பல தினங்கள் வரை தாமோதரனுக்குத் தேவையான உணவுகளைக் கொண்டுவந்து கொடுத்தாள். கஞ்சியும், கஷாயமும் செய்து உதவினாள். அவள் அன்பும் உபசரிப்பும் அவன் இதயத்தைத் தொட்டன. அவளது சிரித்த முகமும் இனிய பேச்சும் அவன் உள்ளத்தில் குளுமை புகுத்தின. 'குமுதம் ரொம்ப நல்லவள்' என்ற எண்ணமே நிலைத்தது அவன் உள்ளத்தில்.

குமுதம் மிகுந்த சிரத்தையுடன் பணிவிடைகள் செய்தாள். அவன் 'வேண்டாம்! போதுமே! இதெல்லாம் எதற்கு?' என்று எவ்வளவு கேட்டுக் கொண்டாலும் அவள் நிறுத்தவில்லை. சேவை செய்வதிலே திருப்தி அடைந்தாள் அவள் என்பது அவளது ஒவ்வொரு செயலிலும் நன்கு வெளியாயிற்று.

தன்னால் எதுவும் ஆகாமல் பிறது தயவை நம்பிக்கிடக்கிற குழந்தைக்குத் தேவையானவற்றைப் பரிவுடன் வெகு சிரத்தையாகக் கவனித்துச் செய்வதிலே மகிழ்வுறும் தாய்மை ஒவ்வொரு பெண்ணின் பண்பாகவும் திகழ்கிறது. குழந்தையிடம் மட்டுமின்றி, ஆதரவற்ற நிலையில் கிடைக்கும் பெரியவர்களுக்கும் உபசரித்துப் பணிபுரிவதிலே பெண்மை பெருமையும் பெருமகிழ்வும் அடைகிறது. இது குமுதத்தின் செயல்களிலும் பளிச்சிட்டது.

இவள் ஏன் இப்படி எனக்கு உதவி புரியவேண்டும்? இவளைச் சாகாமல் தடுத்து நிறுத்தியதற்கு நன்றியறிதலாக இருக்குமோ! இல்லையெனில், யாரென்றே நன்கு அறிந்து கொள்ளாத என்னிடம் இவள் இவ்வளவு அன்பு காட்டுவானேன்? தன்னிடம் அன்போ இரக்கமோ காட்டத் துணியாத ஒருவனுக்கு இவ்வளவு தூரம் உதவி புரிவானேன்? எரிந்து விழுந்த என்னை இவளாகவே தேடிவந்து தானாகவே பாதுகாப்புகள் செய்வதேனோ? என்னால் இவளுக்கு ஏதாவது

நன்மை கிடைக்குமென்று எண்ணுகிறாளா? என்னிடம் அனுதாபத்தையும் பாராட்டுதலையும் தவிர வேறு எதையும் எதிர்பார்த்துப் பயனில்லை என்று இவளே அன்றொருநாள் சொன்னாளே. பின் இவளது விசித்திரப் போக்கின் அர்த்தம் தானென்ன?

தாமோதரனின் உள்ளம் வழக்கம் போல் முடிவிலாக் கேள்விகள் அலைபாயும் இடமாயிற்று. குமுதத்திடமே கேட்டு விடலாம் என்று நினைப்பான். தயக்கம் அதற்குத் தடைவிதிக்கும். பெண்ணின் அன்பான உபசரிப்பு இனிமை நிறைக்கிறது உள்ளத்திலே; 'அவள் அருகேயிருந்தாலும், எதிரே நின்றாலும், சூழ்நிலையில் சுற்றிக் கொண்டிருந்தாலும் குளுமை உண்டாகிறது. பெண்ணின் துணையையும் அன்பையும் பெறமுடியாத ஆணின் வாழ்க்கை வறண்டதாகவே தோன்றுகிறது' என்று எண்ணினான் அவன். அவனது மனப்பண்பு அவனுக்கே சிரிப்பு உண்டாக்கியது.

அவன் முகத்தையே கவனித்துக் கொண்டிருந்த குமுதம் கேட்டாள்: 'ஏன் சிரிக்கிறீர்கள்?' என்று.

'நீ நர்ஸ் வேலை பார்க்கலாம். குமுதம்! பிரதிபலனை எதிர்பாராமல் இவ்வளவு கஷ்டப்படுகிறாயே! உனக்கு நான் எப்படி நன்றி செலுத்துவது என்று நினைத்தேன்!' என்றான்.

"நர்ஸ் வேலை பார்த்தாலாவது சம்பளம் கிடைக்குமே என்ற எண்ணீர்களாக்கும்?"

'ஊம்' என்று இழுத்தான் அவன்.

'அந்தச் சம்பள விகிதத்திலே எனக்கும் பணம் கொடுக்கலாம்; ஆனால் எப்படிக் கொடுக்க முடியும்; பணம் இல்லையே என்று நினைத்தீர்களோ?'

'அப்படியெல்லாம் நினைக்கவில்லை'

'பின்னே சிரிப்பானேன்?'

'சிரிப்பதற்குகூட இனிமேல் குமுதா தேவியின் அல்லது குமுதம் அம்மையாரின் அனுமதி பெறவேண்டும் போலிருக்கிறது!' என்று சொல்லிச் சிரித்தான்.

'போங்கள்!' என்றுதான் சொல்ல முடிந்தது அவளால். ஆனால் அவள் முகம் செக்கச் சிவந்தது.

'இந்த உலகத்தைவிட்டே போய்விடலாம் என்றிருந்த என்னைத் தான் நீ போகவிடாமல் தடுத்துவிட்டாயே!'

குமுதம் பதில் பேசவில்லை. அன்று அங்கிருந்து போனவள் அவனைப் பார்க்க தினந்தோறும் அடிக்கடி வந்து அவனுக்கு உணவு கொடுத்துவிட்டு உடனேயே போய்விடுவாள். அவன் சோர் வில்லாமலிருந்தால் ஏதாவது பேசுவான். பழக்கம் சகஜ பாவத்தை வளர்த்தது. அவள் அன்பும் உபசரிப்பும் அவளிடம் உரிமையுடன் பேசத் தெம்பு கொடுத்தன அவனுக்கு. அதில் இனிமை கண்டதால் அவளும் அதை ஆட்சேபிக்கவில்லை. அவன் அவ்விதம் தாராளமாகப் பேசவேண்டும் என்று அவளாகவே விரும்பினாள் என்று கூடத் தோன்றியது.

சில சமயங்களில் அவள் தாமோதரன் எழுதி வைத்திருந்த வற்றை எடுத்துப் படித்துப் பொழுது போக்குவாள். அவன் படிக்கும்படி கூறிய குறிப்புத்தாள்களைப் படித்த வண்ணம் நேரம் போவது தெரியாமல் உட்கார்ந்து விடுவாள். அவனாக என்ன, இன்று பிசினஸ் விடுமுறையோ?' என்று கேட்கவும், மோகனப் புன்னகை சிதறியவாறு செல்வாள்.

அவனைப்பற்றி அவள் அதிகம் அறிந்து கொள்ள முடிந்தது. வேதனையுற்ற தனது உள்ளத்திற்கு சோகரத்தம் சிந்துகிற அவனது இதயத்தின் தணியாத ஆவேச ஒலி குளுமை தரும் அருமருந்தாகத் திகழ்வதை அவள் உணர்ந்தாள். 'தாமோதரன் எனக்கு எவ்வித உதவியும் செய்ய இயலாமற் போகலாம்; எனினும் அவருடைய எண்ணங்கள் எனக்கு ஆறுதல் தருகின்றன. வாழ்க்கையில் புதிய உற்சாகம் புகுத்துகின்றன' என்று நினைத்தாள் அவள்.

ஏங்கும் மனித இதயம் ஏக்க எதிரொலி கொடுக்கும் சகஹிருதயத்தை நாடித் தவிக்கிறது. குமுதத்தின் உள்ளம் தாமோதரனின் உள்ளத் துடிப்புகளில் தெம்பு கண்டது.

23

தாமோதரன் எண்ணங்களினால் மன அமைதி பெற்ற குமுதம் அவனிடம் பேசுவதில், அவன் பேச்சுக்களைப் கேட்பதில், மட்டற்ற மகிழ்ச்சி பெற்றாள். தனிமையில் அவற்றை எண்ணி எண்ணி அளவிலா இன்பம் அடைய முடிந்தது அவளால்.

'நீங்கள் என்னைக் காப்பாற்றியிராவிட்டால், அன்றே நான் செத்திருப்பேன். எனக்கு அதற்குத் துணிவில்லாமல் போய் நானே பின் வாங்கியிருந்தால் கூட எனக்கு வாழ்வதற்கு உற்சாகமே யிருக்காது நீங்கள் குறுக்கிட்டதனால், என் வாழ்விலேயே புத்துயிர்ப்பு ஏற்பட்டு விட்டது' என்று அவள் ஒருமுறை அவனிடம் சொன்னாள்.

'ரொம்ப சந்தோஷம். என்னால் இந்த உலகத்திற்கோ மனித சமுதாயத்திற்கோ நன்மை செய்ய முடியாமல் போனாலும், ஒரு தனிநபர் வாழ்க்கையிலாவது மாற்றம் ஏற்படுத்த முடிந்ததே அதற்காக மகிழ வேண்டியது தான்' என்று கூறிச் சிரித்தான் அவன்.

'உங்களுக்கு எதற்கெடுத்தாலும் சிரிப்புதானா?' என்று சிணுங்கினாள் குமுதம்.

'நான் சிரிக்கக் கற்றுக் கொண்டதனால்தான் இன்றைய சமுதாயத்தில் வாழ முடிகிறது. இல்லையென்றால்.. செத்தே போயிருப்பீர்களாக்கும்?' என்று கேட்டுவிட்டுக் கலகலவென்று சிரித்தாள் அவள்.

'குமுதம் நல்ல பெண். பார்க்கவும் நன்றாகத்தானிருக்கிறாள்' என்றது அவன் மனம் அந்த எண்ணம் எழவும் அவன் திடுக்கிட்டான். 'இது நல்லதுக்கல்ல' என்று எச்சரித்தது அவனது உள்ளம்.

இங்கு தாராளமாக வந்து போவதும், இவரோடு சகஜமாகப் பழகுவதும் நல்லதுக்கில்லை. மற்றவர்கள் நோக்கில்

நன்றாகவுமிராது' என்று அவள் மனதிலும் பட்டது. 'இங்கு வராமலே நின்றுவிட வேண்டும்' என்று அவள் உள்ளம் சொல்லியது. ஆனால் தடை போட்டுக் கட்டுப்படுத்த முடியவில்லை. 'அடிக்கடி வரக்கூடாது. அவர் உடல் நிலைதான் சரியாகி விட்டதே. இனி எப்பவாவது வந்தால் போதும்' என்று நினைத்தாள். அப்படி எண்ணிய பிறகும் சில தினங்கள் போய்விட்டன. ஆனால் அவள் வழக்கம்போலவே நடந்து வந்தாள்.

அன்று திடீரென்று போனவள் மறுநாள் முழுவதும் அந்தப் பக்கமே எட்டிப் பார்க்கவில்லை. வருவாள், வருவாள் என்று எதிர்பார்த்த தாமோதரன் ஏமாற்றமடைய நேர்ந்தது

மறுநாள், அதற்கடுத்த நாள் - தினந்தோறும் குமுதத்தின் வரவை எதிர்பார்த்தான் அவன் அவள் வரவேயில்லை. இவள் விசித்திர மானவளாகத்தானிருக்கிறாள். தானாக நினைத்துக் கொண்டு திடீர் விஜயம் செய்தாள். காரணமில்லாமல் அவளாகவே நின்றுவிட்டாள் என்று எண்ணிச் சிரித்தான். 'அவள் இன்று வரமாட்டாளா. இப்பொழுது வந்தாலும் வரலாம்' என்று ஏக்கம் வளர்த்தது மனம். அவள் சிரிப்பு, அவள் பார்க்கும் நோக்குகள், நிற்கும் நிலைகள், அவளது அசைவுகள், பேச்சின் நயங்கள் எல்லாம் அவனது எண்ண உலகின் அழியா நிழல்களாக நிலைத்து நின்று அவனுக்கு மகிழ்வூட்டின.

திடீரென்று அவன் மனமே கண்டனக்குரல் எழுப்பும். 'நீ அவள் நினைவாகவே வாழ்வது தப்பு. அவளைப் பற்றிய எண்ணங்களை ஏக்கமாக வளர்ப்பது தவறு' என்றுதான். எனினும் குமுதத்தை மறந்துவிட முடியவில்லை அவனால். அவன் உடல் நிலை சரியாகி விட்டது. ஆனால் உள்ளத்தின் நிலைதான் சரியாகவில்லை.

தாமோதரன் வழக்கம்போல் தனது காரியங்களைக் கவனிப்பதில் ஈடுபட்டான். அவனது காரியங்கள் என்ன

தெரியாதா! ஊர் சுற்றல், படித்தல், எழுதுதல், எண்ணக் குமுறல்களில் சிக்கி மெலிதல் முதலியனதான்.

குமுதம் தனக்குச் செய்த உதவிக்கு நன்றியறிவிக்க வேண்டும்; அவளுக்கு அன்பளிப்பாக ஏதாவது கொடுக்கவேண்டும். என்ன அளிக்கலாம்? அவள் வாங்கிக் கொள்வாளா? இவ்விதம் அநாவசிய மான பிரச்னைகளில் மனதைக் குழப்பிக் கொள்வது அவனது பொழுதுபோக்காகி விட்டது 'அடடா, இம்முறை கூட அவள் விலாசத்தை அறிந்து கொள்ளவில்லையே!' என்று வருந்தினான் அவன்.

தாமோதரன் அவள் நினைவால் பித்துற்றுத் திரிவதிலேயே காலம் கழித்தான் என்று சொல்வதற்கில்லை. வியாதி வருவதற்கு முன் அவனுக்கு உள்ளக் கொதிப்பு ஏற்படுத்திய எண்ணங்களை அவன் மறந்து விடவில்லை. அவனது தீர்மானத்தையும் கைவிட்டுவிட வில்லை. நினைத்தது போலவே எழுதிச் சிறு புத்தகம் ஒன்று வெளியிட்டான். எண்ணத் தீப்பொறிகள் நிறைந்த நூல் அது.

"வாழ்விலே வளமில்லை. மக்களின் வயிறு நிரம்ப வழி யில்லை. உழைத்து உழைத்து மெலிவோர் மேலும் மேலும் உழைத்துச் சாக வேண்டிய நிலைதான் வளர்கிறது. உண்ண உணவு, உடுக்க ஆடைகள், தங்குவதற்குச் சிறிய இடம், போதிய ஓய்வு -அன்றாட வாழ்க்கைக்கு அத்தியாவசியமான அடிப்படைத் தேவைகள் இவை. இவற்றைக்கூடப் பெற முடியவில்லை சமுதாயத்திலுள்ள பெரும்பாலரினால். இவர்களை வஞ்சித்து, இவர்கள் உழைப்பை, உழைப்பின் பயனை அனுபவித்து டம்பவாழ்வு வாழத் துணிகிறவர்கள் இவர்களுக்குக் கிடைக்கும் கொஞ்சக் காசையும் பறிப்பதற்கு வசதிசெய்து விடுகிறார்கள். பணம் பறிக்கும் பகட்டான பாச வலைகளுக்குக் கலை என்று பெயர் சூட்டிக் கொள்கிறார்கள்.

ஊரிலே பட்டினி. மக்களிடையே மேனியை முழுதும் மூடத் துணியில்லா நிலை. வீடுகளிலே இருட்டு. விளக்கேற்ற முடியாத நிலைமை. ஆனால் கலையின் பெயரால் காசு

பறிக்கத் திட்டமிட்டு, மக்களின் பணத்தைப் பிடுங்குவதுடன் அவர்கள் காலத்தையும் கரியாக்கி, அவர்களையும் சோம்பேறிகளாக மாற்றிவிடுகிற வீணர்களின் போக்கை, அவர்கள் வாழ்க்கை முறைகளைக் கவனியுங்கள்.

மின்சார சக்தியை மிச்சப்படுத்துங்கள்; மின்சார சக்தியை ஊதாரித்தனமாகக் கரியாக்காதீர்கள் என்று அச்சிட்டு உபதேசிக்கிற காலத்திலேயே, பிரமாத வெளிச்சம் போட்டு அச்சக்தியைத் தேவையற்ற முறைகளில் பாழடிக்கிறார்கள் நாடக, சினிமா, கலை விழாக்காரர்கள். ஆடையில்லை, துணிப்பஞ்சம் என்று நாட்டிலே அலறலும் ஒப்பாரியும் நிலவுகிற போதே, படாதிபதிகள் ரகரகமான துணிகளை நாசமாக்குகிறார்கள், படத்திற்குப் பலப்பலவித ஆடைகள் தயாரித்து காட்சிக்குக் காட்சி மாறுதல் காட்டுவதற்கென்று எவ்வளவோ உடை அலங்காரங்கள். ஒரு படத்தில் உபயோகமான உடை தினுசுகள் அடுத்தப் படத்திற்குப் பயன்படுவதில்லை. அத்தனையும் வீண்தானே?

உற்பத்தியைப் பெருக்குங்கள்; சுயதேவையைப் பூர்த்தி செய்ய உழையுங்கள் என்று பேசப்படுகிற காலத்திலேயே, எண்ணற்றோர் சோம்பல் வாழ்வும் உல்லாசப் பிழைப்புமே வாழத் துணிகிறார்கள். பயனற்ற, தேவையற்ற உழைப்புகளிலே காலத்தையும் சக்தியையும் விராயமாக்குகிறவர்களின் தொகைதான் அதிகரித்து வருகிறது. சமூகத்திலே பாதிப்பேர் உருப்படியான காரியம் எதுவும் செய்யவில்லை. அதிகமாக உழைப்பதாகச் சொல்கிறவர்களில் பெரும்பகுதியினர் வெளிச்சமிடும் வீணத்தனங்களிலே கவைக்குதவாத் திருப்பணிகளிலே, தேவையற்ற காரியங்களிலேதான் உழைப்பைக் கொட்டுகிறார்கள். இவர்கள் செய்கிற செயல்களினால் தனி மனிதருக்கோ, சமுதாயத்திற்கோ, நாட்டிற்கோ எள்ளளவு நன்மையுல்லை. தீமைகளுக்கோ குறைவில்லை.

நாட்டிலே பஞ்ச நிலை பரவியுள்ளபோது. மக்களின் வாழ்விலே வறட்சி வேரூன்றி நன்கு வளர்ந்து ஓங்குகிற

போது, கவலையும் பயமும் மக்களை விழுங்கிக் கொழுக்க முயல்கிறபோது, கலைவிழா என்ன வாழ்கிறது? நாடகம், சங்கீதம், சினிமா, நாட்டியங்களால் இவற்றைப் பாதுகாப்பதாக வெளிச்சம் போடும் வீணத்தன முயற்சிகளினால் - என்ன பயன் என்று கேட்கிறேன். இவர்களினால் இவர்களது செயல்களினால் மக்களுக்கு ஒரு சிறிது நன்மையேனும் உண்டா என்று கேட்கிறேன்.

கலைப்பூசாரிகளாக மாறிவிடும் சுயநலமிகளுக்கு லாபம் இருக்கிறது. அவர்கள் பணத்தோடு பணம் சேர்க்க முடிகிறது. ராஜபோக வாழ்வு வாழ முடிகிறது. உல்லாச பவனங்கள், பகட்டும் ஆடை ஆபரணங்கள், பாலிஷ் பளபளக்கும் புதுமாடல் கார்கள், போலியான அந்தஸ்து, பெயர் விளம்பரங்கள். பத்திரிகைகளில் படங்கள், செய்திகள் ஏராளமாகக் கிடைக்க வழி பிறக்கிறது. ஒய்யாரிகளுக்கு ஜோடியாக டம்பாச்சரிகளும், 'ஜம்பம் ஜான்' களுக்குத் துணையாக மேனாமினுக்கிகளும் கூடிக்களிக்க வசதிகளும் கிடைக்கின்றன. ஆகவே தாங்களே உயர்ந்தவர்கள், தாங்களே உத்தமர்கள், தாங்களே வழிகாட்டிகள் என்று நம்பி வாழவும் அவர்களுக்கு வசதிகள் உள்ளன. இவர்களுக்கு பஜனைபாடும் குலாம் கோஷ்டிகள் கூடுவதிலும் குறைவில்லை. இவர்கள் எல்லோரும் வீணர்கள்; இவர்கள் செயல்கள் அத்தனையும் சுயநலச் சுரண்டல் கொள்கைகளேயாகும் என்று நான் சொல்கிறேன்.

உழைப்பவர்கள் எண்ணற்றோர் ஒண்டக் குடிசையின்றி, உறங்குவதற்கு ஒட்டுத்திண்ணை கூடக் கிடைக்காமல், மரத்தடியிலே, ரோட்டோரத்திலே, பிளாட்பாரங்களிலே, கட்டாந்தரைகளிலே காலம் கழிக்க வேண்டிய நிலை நீடிக்கிற இந்த நாட்டிலே, கலை ஆலயங்கள் காலியாகக் கிடக்கின்றன. உல்லாச பவனங்கள் வெறிச்சோடிக் கிடக்கின்றன. சினிமாத் தியேட்டர்கள் பெரிது பெரிதாக நிற்கின்றன. பூட்டுகள் கட்டுக்காவல்களுடன். இரவிலே ஒரு சிலருக்குப் பணம் ஊறும் சுரங்கமாகத் திகழ்கின்றன என்கிற காரணத்தினால் பகலெல்லாம் பாழ்மனைகளாக இருளடைந்து கிடக்கின்றன

இவை. நாட்டிலே உள்ளவை போதாதாம். மேலும் மேலும் புதிது புதிதாக பெரிது பெரிதாகக் கட்டிக் கொண்டு தானிருக்கிறார்கள். வசிக்க இடமின்றித் தவிப்போர் வாழ்வதற்கு ஏற்றபடி தங்குமிடங்கள் கட்ட முன்வருவோரைக் காணோம்.

முதலாளி புன்னைவனம் கந்தர்வ கலா மண்டபம் கட்டிவிட்டார். திடீரென்று அவருக்குக் கலைக்காதல் ஏற்பட்டு விட்டதாம். காதலோ காமமோ ஏற்பட்டிருக்கலாம் ஒப்புக்கொள்கிறேன். ஆனால் அது கலைமீதுதானா; அல்லது கலையின் பெயரால் தங்களையே விலை கூறி வாழ்கிற சிங்காரிகள்மீதா என்பது ஒதுக்கிவிட முடியாத தனிக்கேள்வி, அவர் 'கலா மன்றம்' தொடங்கியிருப்பது கலையின் பெருமையை எட்டுத் திக்கிலும் பரப்புவதற்காம். இப்படி அவர்கள் விளம்பரப்படுத்துகிறார்கள். ஆனால் அவர்களது வாழ்க்கை விளம்பரம் செய்கிற உண்மை வேறு. புன்னைவனத்தின் காரிலே சிவசைலம் துணையிருக்க உல்லாச பவனி போய்வரும் அலங்கார பட்டுப் பூச்சிகளை - பகட்டுக்காரிகளை - கவனித்தால் போதும்!'

இந்தவிதமாகக் கேலிக் குறிப்புகளும் குத்துகிற சுடு சொற்களும் கலந்து, பக்கம் பக்கமாக எழுதியிருந்தான். புத்தகம் வெளியானதும் அவன் எதிர்பார்த்த பரபரப்பு விளையாமற் போகவில்லை பாராட்டுதல்களுக்கும் பயமுறுத்தல்களுக்கும் குறைவில்லைதான்.

24

முதலாளி புன்னைவனம் குமுறினார் தாமோதரனை முதல் தடவையே சரியானபடி கவனித்திருக்கணும். சிவசைலம்தான் இழுத்தாப் போல இருந்துவிட்டார். அதனாலே அந்தப் பயலுக்கு திமிரு அதிகமாகி விட்டது' என்று கொதிப்புற்றார் அவர். 'இப்பவும் சும்மா விட்டுவிடப் படாது அவனுக்குப் பாடம் கற்பிக்கத்தான் வேணும்' என்று நினைத்தார்.

சிவசைலம் எதிர்பாராத வேளையிலே வந்தது. அந்தப் புத்தகம். வேறு திசையில் தீவிர கவனம் செலுத்திக் கொண்டிருந்தபோது மண்டையில் விழுந்த பலத்த அடி இது என்றே நம்பினார் அவர். 'முதல் எச்சரிக்கைக் கடிதம் அனுப்பியதும் அவன் பயந்து போயிருப்பான் என்று நினைத்தேன். அடடா, எத்தகைய முட்டாள் தனம் அது. அப்புறம் அவனையும் அந்தப் பெண்ணையும் பற்றியெல்லாம் பலவிதமான செய்திகள் நம் காதுக்கு எட்டின. அப்பல்லாம் ப்சா, போறான் பொடிப்பயல் என்று விட்டுவிட்டது பெரிய மடத்தனமாக அல்லவா போச்சு!' என்று தனக்குத்தானே விமர்சனம் செய்து வருத்தப்பட்டார் அவர்.

'ம் போகுது. இப்பவும் பிரமாதமாக ஒண்ணும் குடி முழுகிப் போகலே அவனுக்கு எழுதத் தெரியும் என்பதனாலே வறட்டுக் கூச்சல் போட்டுக் கிறுக்கி விட்டானாக்கும். போறான். இதனாலே எந்த அற்புதக் கோட்டையைப் பிடித்து விட்டானாம் மடையன். அவனுக்குச் சாப்பாட்டிற்குக் கூட வக்கு இல்லாமப் போனால், நம்ம கிட்ட வந்து கேட்பது தானே. காஞ்ச பயல் மாதிரி தெருவிலே திரியாதபடி ஏதோ சாப்பாட்டிற்கு அவ்வப்போது ஸம்திங் தாராளமாகவே கிடைக்கும்படி ஏற்பாடு செய்யலாமே. முதலாளி ஐயாவைக் குழையவச்சுக் குளிப்பாட்டி லாபம் பெறத் தெரியாமல் வீணாகக் குலைத்துக் கொண்டு கிடக்கானே!' என்று கூட அனுதாபப்பட்டார், தாமோதரனுக்காக.

'இனி முடியாது. ரொம்ப மிஞ்சிப் போய்விட்டது காரியம். அவனுக்குப் பாடம் கற்பிக்க வேண்டியதுதான். அதுக்கு என்ன செய்யலாம்?' என்ற யோசனை அவர் மனதில் நிறைந்திருந்தது.

அதே கேள்வியைத் தான் முதலாளியும் அவரிடம் கேட்டார். 'அதைப் பற்றித்தான் நானும் யோசிக்கறேன்' என்று இழுத்தார் சிவசைலம்.

'இழுத்துப் பிரயோசனமில்லை. ஆள்களை விட்டு அவன் கையைக் காலை முறிக்கச் சொல்ல வேண்டியதுதான். அப்போதான் அவனுக்குப் புத்தி வரும்' என்றார் புன்னைவனம்.

'சுலபமாகச் செய்துபோடலாம். அதனாலெல்லாம் அவன் ஒடுங்கி விடுவானா என்பது சந்தேகம் தான். அவன் மறுபடி தலை தூக்காதபடி, கழுதை மாதிரிக் கத்தினாலும் அவன் பேச்சு எடுபடாதபடி, மற்றவங்க காரித்துப்பிச் சிரித்துவிட்டுப் போகும்படி அவ்வளவு தூரத்துக்கு அவனைச் சீரழிய வைக்கணும். அந்த யோசனைதான் எனக்கு. அதுக்குத்தான் பிளான் பண்ணிக் கொண்டிருக்கிறேன்'

சிவசைலத்தின் பதில் முதலாளிக்கு திருப்தியளித்தது 'அது தான் சரி. அப்படித்தான் செய்யணும். சட்டுப்புட்டென்று தீர்த்துக் கட்டுங்கள்' என்று ஆரவாரமாக ஆமோதித்தார்.

சிவசைலம் சுலபமாகச் சொல்லிவிட்டார். ஆனால் என்ன செய்வது. எப்படிச் செய்து முடிப்பது? முடிவு தெரியாத பிரச்னைகளாகத்தான் சிரமப்படுத்தின இவை.

'இவன் ஏன் இப்படி அலைகிறான் சனியன் மாதிரி! எவன் எப்படி வாழ்ந்தால் இவனுக்கு என்னவாம்? வேண்டுமானால் இவனும் எவளையாவது இழுத்துக் கொண்டு திரியட்டுமே. யாரும் வேண்டாமென்றா தடுத்தார்கள் என்று சினந்தது அவர் உள்ளம். அவர் குமுதத்தைப் பற்றி எண்ணினார். தலையைச் சொறிந்தார். அவர் கண்களில் ஒளி தெறித்தது சிரித்தார். சிவசைலம் தானாகவே சிரித்துக் கொண்டார்.

எந்தவிதமான தீர்மானத்திற்கும் வருவதற்கு முன்னர் அந்தப் பெண்ணைச் சந்தித்துப் பேசினால் நல்லது!' என்று அவர் அந்தராத்மா உபதேசம் புரிந்தது. வழக்கம் போல் 'செய்தால் போச்சு!' என்று ஒத்தி போட்டுவிட்டு அவர் வேறு அலுவல்களில் இறங்கிவிடவில்லை. உடனேயே கிளம்பினார், குமுதத்தைக்கண்டு பேசுவதற்காக.

25

குமுதத்திற்குத் தன் மனதையே சரியாக எடைபோட முடியவில்லை. தனது துடிப்புகளின் தன்மையை நிர்ணயிக்கத் தெரியவில்லை. திடீரென்று அவள் தீர்மானித்தாள் இனி தாமோதரன் இருக்கும் இடம் தேடிப் போகக்கூடாது என்று.

'அவரே தேடி வரவேண்டுமாக்கும்? அதற்கு விலாசம் கூட அறிவிக்கவில்லையே!' என்று குறும்புத்தனம் செய்தது மனம் இளநகை பூத்த முகம் எழில் நிறைந்து விளங்குகிறது என்று பாராட்ட எதிரே யாரும் இல்லை.

அதைவிட அதிகச் சிரிப்பு பொங்கும் அடுத்த கணமே தனது தீர்மானத்தை மறந்துவிட்டு இப்போ அங்கே போகலாமா? அவருக்கு ஏதாவது தேவையாகயிருந்தால்...' என்று அவள் நினைக்கத் தொடங்கியதும் செல்லலாம் என்று ஆசை ஆமோதிக்கும்; ஆனால் அவள் செல்லமாட்டாள். போகவில்லையே என மனம் ஏங்கும் எனினும் போகலாமே என்று அவள் துணியமாட்டாள். அவனது குறிப்பு எதையாவது எண்ணி அவள் உள்ளம் சிரிக்கும். அவன் கேலிப்பேச்சை நினைத்ததும் முகம் சிவக்கும். எல்லாமே அவள் உள்ளத்திலே இனிமை நிறைக்கும்.

தாமோதரனை மறந்துவிட முடியுமா என நினைப்பாள் குமுதம். முடியாது முடியாது என ஒவ்வொரு நிமிஷமும் வலியுறுத்தும். 'அவர் என்னைப் பற்றி எண்ணுவாரா? என்ன நினைப்பார்? என்று மனம் கேட்கும் அதை ஏன் அவர் குறித்து வைக்கவில்லை' என்ற நினைப்பு பெருமூச்சை வெளியே இழுத்து வரும்.

அவள் தனிவாழ்வு வாழ்ந்து விடலாம் என்று நம்பினாள். செலவுக்குப் போதுமான பணம் கிடைத்தது, வாசனைப் பொருள்கள் முதலியவற்றின் விற்பனையிலே ஆனால் சௌக்கியமாக வாழ்வதற்குப் போதிய தொகை அல்ல ஓய்வு தேவை என்று உள்ளமும் உடலும் கெஞ்சினாலும், வசதி

கிடைப்பதில்லை அவளுக்கு ஒரு நாள் அலுப்புடன் வீட்டிலே படுத்துவிட்டால். மறுநாள் பட்டினி கிடக்க வேண்டியதுதான். அலைச்சல் அதிகம் ஊதியம் குறைவு. கிடைத்த பணத்திலே மேலும் சாமான்கள் வாங்குவதற்கு ஒதுக்குவது போக மீதியிருப்பதற்குள் தான் வாழ்க்கைத் தேவைகளுக்குச் சரிக்கட்டிக் கொள்ள வேண்டும். வேதனையாகத் தானிருந்தது அதிலும் நிம்மதி காண முயன்றாள் அவள்.

அவளுக்கு ஆறுதலாக இருந்தன தாமோதரனின் பேச்சும் பண்பும் ஆயினும் அச்சம் உடன் எழுந்தது. ஊரார் என்ன நினைத்து எப்படிப் பேசுவார்களோ என்று. அவன் என்ன நினைப்பானோ என்ற தயக்கமும் உடனெழும். அவனுக்கு உதவி செய்யப் போனது! தாராளமாகப் பேசிச் சிரிப்பது, அங்கேயே பொழுது போக்கியது தவறு என்று நினைப்பாள் ஒரு கணம் 'அதில் என்ன தவறு? ஆண் பெண் இருவரிடையே கௌரமான நட்பு வளரக்கூடாதா? அப்படி நட்பு நீடிப்பது தவறா?' என்று கேட்டது அவள் சிந்தனை.

அவள் வாழ்க்கை எப்படிக் கழியும்; இதே ரீதியில் எவ்வளவு காலத்தைக் கழித்துவிட முடியும்?" என்ற எண்ணம் அடிக்கடி எழும் அவள் உள்ளத்திலே. 'எதிர்பாராத புதுமையா பூத்து விடப்போகிறது எனது வாழ்விலே!' என்று குமைவாள் சிலவேளை.

அவள் திகைக்கும்படி ஒரு சம்பவம் நடந்தது. அவள் எதிர்பாராத வேளையில் அவளைத் தேடி வந்தார் சிவசைலம்.

26

சிவசைலம் யார் என்பது குமுதத்திற்குத் தெரியும். ஆனால் அவரை நேரில் சந்தித்துப் பேசியதில்லை. சந்திக்கவேண்டிய அவசியம் ஏற்படவுமில்லை. சிலரை முதல் முறையாகப் பார்க்கும்பொழுதே அவர்கள்மீது காரணமில்லாமல் வெறுப்பு ஏற்பட்டுவிடுகிறது. பிறகு அது வளர்ந்து கொண்டே போகிறது. அதே போல் சிலரிடம் அன்பும் அனுதாபமும் பிறக்கின்றன. சிவசைலத்தின் பெயரை, அவரைப் பற்றிய செய்திகளை, கேட்டுக் கேட்டுப் பலருக்கு அவர் மீது கசப்பு தான் ஏற்பட்டிருந்தது. குமுதத்திற்கும் அப்படித்தான்.

அவர் திருவுளமிசைந்து திடீரென்று விஜயம் செய்வார் என அவள் எண்ணவேயில்லை. அவ்விதம் கனவு கூடக் கண்டிருக்க முடியாது. காரணம். சிவசைலம் சஞ்சாரம் செய்து கொண்டிருந்தது வேறு உலகம்! அவருக்கு வாழ்வின் கசப்பான உண்மைகளை அறிய வேண்டிய அவசியம் கிடையாது. அன்றாட வாழ்வில் அவதியுறு கிறவர்களைப் பற்றிய சிந்தனை கூட இருக்கமுடியாது. அவரைப் போன்றவர்களுக்கு.

எதிர்பாராவேளையிலே சிவசைலம் வந்து சேரவும் குமுதம் திடுக்கிட்டாள். அப்பொழுது அவள் தாமோதரனின் புதிய புத்தகத்தைப் படித்துக் கொண்டிருந்தாள். கொதி நிலையிலிருந்த அவள் உள்ளம் அவனது எண்ணங்களை ஆமோதித்துப் பாராட்டினாலும், அவளுக்கு வருத்தமே மிகுந்திருந்தது. 'இவர் ஏன் தான் இப்படியெல்லாம் எழுதுகிறாரோ தெரியவில்லை. அநாவசியமாக எல்லோரது வெறுப்பையும் விரோதத்தையும் சம்பாதித்துக் கொண்டு!', என்று முனங்கியது அவள் மனம்.

'இதைப் பற்றி அவரிடம் குறிப்பிட வேண்டும்' என நினைத்த அவள் மனம் சிந்தித்தது: 'என்ன சொல்வார் தெரியாதா! இதனாலெல்லாம் யாரையும் சீர்திருத்திவிடலாம் என்ற

நம்பிக்கை எனக்கு இல்லை, என்றாலும் என்னைப் பாராட்டுகிறவர்கள் தான் அதிகமில்லையே! வசை பாடுகிறவர்கள் தொகையாவது வளரட்டும் எனும் நல்லெண்ணத்தினால்தான் இப்படி எழுதியிருக்கிறேன். இந்த மாதிரி எதையாவது சொல்லிவைப்பார்!'

இந்த எண்ணம் அவள் முகத்தில் இளநகை பூக்கும்படி செய்தது. அவ்வேளையில்தான் சிவசைலம் வந்து சேர்ந்தார். அவரை எப்படி வரவேற்பது, அவரிடம் என்ன பேசுவது என்ற குழப்பம் ஏற்பட்டது அவளுக்கு. 'இவர் ஏன் இங்கு வரவேண்டும்? எதற்காக வந்திருக்கிறார்? என்னைத் தேடிவர வேண்டிய காரணமென்ன? – ஒரே விடையைப் பெறக்கூடிய பல கேள்விகளை எழுப்பியது' அவள் உள்ளம்.

அவள் குழப்பத்தைத் கவனித்தும் கவனியாதவர் போல் நடந்து கொண்டார் சிவசைலம். தான் செல்வச் சூழ்நிலைகளிலேயே வசித்தாலும் கூட, எந்த இடத்திற்கும் தகுந்தபடி அனுசரித்துப் போகக் கூடியவர் என்பதை நிரூபிப்பது போல் அவர் முகம் சுளிக்காமல், வேண்டாத விமர்சனக் குறிப்பு உதிர்க்காமல், சந்தோஷ உணர்வு காட்டித் தரையிலேயே உட்கார்ந்தார்.

"ஹஹ, புத்தகம் படிக்கிறாயாக்கும்? என்ன புத்தகம் அது ? ஓ இந்தக் குப்பையா?' என்று கனைத்தார் அவர். அவள் இதயத்திலே அனல் துண்டு விழுந்து சுட்டது போலிருந்தது கொதித்த உள்ளம் சுடச் சுடச் சொல்லெறியவேண்டும் என்று துடித்தது. ஆனால் அவசரமும் ஆத்திரமும் எடுத்த எடுப்பிலேயே துணைபுரியாது என அறிவு குறுக்கிட்டுத் தடைபோட்டது.

'ஆமாம். அவன் அன்பளிப்பாகக் கொடுத்திருப்பான் அவன் எழுதுகிறவைகளை அப்படித்தானே விநியோகிக்க வேண்டும்! காசு கொடுத்துப் புத்தகம் வாங்குகிறவர்கள் எங்கேயிருக்கிறார்கள் நம்ம ஊரிலே?' என்று சொல்லிவிட்டு,

ஏதோ பிரமாத அற்புதத்தை உதிர்த்துவிட்டவர் போல் சிரித்தார் அவர்.

'இது நான் விலை கொடுத்து வாங்கிய புத்தகம் யாரும் எனக்குச் சும்மா தரலே' என்றாள் குமுதம். சிடுசிடுப்புத் தொனித்தது அவள் குரலில்.

பரவால்லியே நீ புத்தகம் கூட வாங்குறியா? பேஷ்! ஆனால் உம்.... சொல்லவந்ததைச் சொல்லாமலே நிறுத்திவிட்டு அங்கு மிங்கும் பார்த்தார் அவர்.

'ஆனால் என்ன? சொல்லவேண்டியதைச் சொல்லி விடுங்களேன்!'

'இந்தச் சாக்கடைத் தாளைக் காசுகொடுத்து வாங்க வேண்டுமா நீ தாமோதரனிடம் கேட்டிருந்தால் ஓசிக் காப்பி ஒன்று கொடுத்திருப்பானே என்று சொல்ல நினைத்தேன். வீணாக நான் ஏன் அப்படிச் சொல்லணும் என்று நிறுத்திவிட்டேன். நீ கேட்டதினாலே சொல்ல நேர்ந்தது.'

'கழுதைகளுக்குக் கரும்பு ருசி எப்படித் தெரியும்?' என்று முனங்கினாள் குமுதம்.

அவர். 'என்னது? என்ன சொன்னே?' என்று சீற்றக் குரல் கொடுத்தார்

ஆனால் அவள் பயந்துவிடவில்லை. 'பன்றிகளுக்கு சதா சாக்கடை ஞாபகம் தானிருக்கும். இது பன்றிக்குரியதல்ல. சிந்தனைக் கருத்துகள் நிறைந்த உயர்ந்த விஷயம். சிந்திக்கத் தெரிந்தவர்களுக்கு இனிய விருந்து' என்றாள் அவள்.

விரும்பாத விதத்திலே பேச்சு திசை மாறுவதை அறிந்த அவர் பொங்கிய தமது உணர்ச்சிகளுக்கு கட்டுப்பாடு விதித்துக் கொண்டார். கோபித்தால், எரிந்து விழுந்தால் தான் எண்ணி வந்த காரியத்தைச் சாதிக்க முடியாதே என்ற எண்ணம்

எழுந்தது தான் காரணம். இருப்பினும் அவர் குணம் தலைதூக்காமல் போகுமா?

'பரவாயில்லையே! தாமோதரன் ட்யூஷனோ? நன்றாகப் பேசக் கற்றுக் கொண்டிருக்கிறாயே!' என்றார் அவர்.

பேசுவதற்கு எனக்கு யாரும் கற்றுக் வேண்டியதில்லை. அதுசரி, நீங்கள் இங்கே வந்த காரணம்?

அவள் கேள்வி காதில் விழாதவர் போல் பேசினார் அவர். 'நீ தாமோதரனின் கட்டாய ரசிகை போலிருக்கு!'

'அப்படியென்றால்?'

'அவன் எழுதுகிறவற்றை ரசித்தே ஆகவேண்டும் - படித்து ரசித்து, ஆகா, அபாரம் என்று பாராட்டாமல் தீராது - என்ற நிர்ப்பந்த நிலையில் இருப்பவள் என்று தான் அர்த்தம்' எனக் கூறி நகைத்தார் அவர். தனது பேச்சுத் திறமையில் அவருக்கே மிகுந்த பெருமை ஏற்பட்டு விட்டதனால் அவர் சிரிப்பு அதிகரித்தது.

குமுதத்திற்குக் கோபம் வந்தது. அழையாத சனியனாக வந்து அகம்பாவமாகப் பேசிக்கொண்டிருக்கிறானே இந்த மனிதன் என்ற எரிச்சலை எப்படிக் காட்டித் தீர்ப்பது என்று புரியாமல் உட்கார்ந்திருந்தாள்.

அப்போ நான் சொல்றது சரிதான்னு தோணுது' என்று எக்காளமிட்டார் சிவசைலம்.

'அதெல்லாம் ஒரு மண்ணுமில்லை. அவர் எழுதியவற்றை நான் படிக்கணும் என்று சொல்வதேயில்லை. படித்துப் பார்த்தாயா எப்படியிருக்கு என்று கேட்பதுமில்லை. எழுதுவது தான் என் வாழ்க்கை. மற்றவர்கள் ஏற்றுக் கொண்டால் என்ன, கவனிக்காமல் ஒதுக்கி விட்டால் தானென்ன என்ற மனோபாவம் அவருக்கு உண்டு

உண்மையைச் சொல்ல வேண்டும் எனும் ஆர்வத்தால் மடமட வென்று பேசினாள் அவள்.

அவளது உள்ளத் துடிப்பில் பச்சைத் தண்ணீரை அள்ளிக் கொட்டியது போல் விழுந்தது சிவசைலத்தின் பேச்சு. 'ஓ அப்படியா! அவன் கிடக்கிறான் பிழைக்கத் தெரியாத முட்டாள்!' என்று அழுத்தமாகச் சொன்னார் அவர். மேலும் அவள் பேசுவதற்கு முன்னரே தனது பிரசங்கத்தை ஆரம்பித்து விட்டார்.

குமுதம். நீ யேனம்மா இப்படி அலைய வேண்டும்? உன்னைப் பற்றிப் பல பேரு பலமாதிரியாகப் பேசுறது என் காதில் வந்து விழுந்தது. நீயோ படித்த பெண். அழகு போலே டீச்சர் வேலை பார்ப்பதை விட்டுவிட்டு, தெருத்தெருவாக அலைந்து வியாபாரம் செய்வது நல்லாயிருக்குதா? நீ நினைக்கலாம் - இவனுக்கென்ன? நான் எப்படியும் நாசமாப் போறேன் அப்படீன்னு. எப்பவுமே நல்லவங்க வீணாக் கெட்டுப் போவதை நான் விரும்புவதில்லை. என்னாலானவரை நல்லவர்களுக்கு உதவி செய்ய நான் தயங்கமாட்டேன். நீ நல்ல பெண். வாழவேண்டிய வயது. நீயாக உன் வாழ்க்கையைப் பாழாக்கிக் கொள்வானேன்? அந்த ஸ்கூல் மேனேஜர் ரொம்பச் சொன்னார். உன் குணத்தையும் திறமையையும் பாராட்டிப் பேசினார். நீயாக வேலையை உதறிவிட்டு வந்துவிட்டாயாமே. செச் சேச்சே, அப்படிச் செய்யலாமா? குமுதம், நீயே யோசிச்சுப்பாரு. இது மாதிரி எத்தனை காலம் வாழ்ந்து விட முடியும்?'

அவள் பதிலை எதிர்பார்ப்பதுபோல் குமுதத்தின் முகத்தைப் பார்த்தார் அவர். தலைகுனிந்து தரையையே பார்த்தபடி உட்கார்ந் திருந்த அவளது மனம் எண்ணக் காற்றாடியை எங்கெங்கோ பறக்கவிட்டுக் கொண்டிருந்தது. இவர் ஏன் இவ்வளவு அக்கறையாக விசாரித்து அனுதாபப்படுவது போல் பேசவேண்டும்? திடீரென்று என் பேரில் இவருக்கு இவ்வளவு சிரத்தைப் பிறந்திருப்பது ஏனோ? எல்லாருக்கும் நல்ல பணி புரிவது தவிர வேற்றியாப் பராபரம் மாதிரித்தான்

பேசுகிறார். இவரைப் பற்றி ஊரிலே பேசப்படுவது தெரியாதாக்கும் என்னைப் பற்றிப் பேசுகிறார்களாம்! இவருக்கு அது சகிக்கவில்லையாம் என்ன பரந்த மனோபாவம்டியம்மா இந்தப் புண்ணிய மூர்த்திக்கு. இதுவரை பார்த்துப் பேசியறியாத எனக்கு உபதேசிக்க வந்துவிட்ட உத்தமர், வாழ்வதற்கு என்ன வழிகாட்டப் போகிறாரோ தெரியவில்லையே!'

அவளது என்ன ஓட்டத்திற்குத் தடையிட்டது அவர் கேள்வி. என்ன குமுதம். என்ன யோசிக்கிறே? நீ திரும்பவும் வாத்தியாரம்மாளாக?

'ஊகுங்' என்று எதிர்மறையாகத் தலையசைத்தாள் அவள். 'ஏன். ஏனப்படி?' என்ற அவர் கேள்விக்கு 'எனக்கு அது பிடிக்கவில்லை. எங்கேயும் வேலை பார்க்க பிடிக்கலே' என்றாள்.

போகிறது. உனக்குக் கலை ஆர்வமும் சங்கீதப் பயிற்சியும் உண்டு என்று கேள்விப்பட்டேன். ஸ்கூல் டிராமக்களை வெற்றிகரமாக நடத்துவதில் நீ பெரும் பங்கு எடுப்பதுண்டு என்று கூடச் சொன்னார்கள். அப்போ நீ ஏன் கந்தர்வ கலைக்கழகத்தில் நடிகையாகச் சேரக்கூடாது? முதலாளி புன்னைவனம் அவர்களிடம் சொல்லி உனக்கு விசேஷ சலுகைகள்...'

அவருக்குப் பேச ஓடவில்லை. அவள் பார்வை தாமோதரன் எழுதிய புத்தகத்திலே பதிந்து உதடுகளில் கேலிச் சிரிப்பு திகழ்வதைக் கண்டவுடன். ஆகவே அவர் பேச்சை மாற்றினார்.

'குமுதம், நான் நல்லதுக்குத்தான் சொல்கிறேன். நீ அடிக்கடி தாமோதரன் வீட்டு பக்கம் போய் வருவதை எத்தனையோ பேர் கவனித்து என்னிடம் சொன்னார்கள். நமக்கென்னத்திற்கு ஊர் வம்பு என்று நான் சும்மாயிருந்துவிட்டேன். பள்ளிக்கூடத் தலைவர் உன்மீது அபிமானம் கொண்டு என்னிடம் சொன்னார்...'

திரும்பவும் அந்தப் பேச்சு எதற்கு? என்று வெடுக்கெனக் கூறினாள் அவள்/

'பின்னே எப்படி வாழ்வது என்று...'

'நானல்லவா கவலைப்படணும். நீங்க இங்கே இன்று வந்திருப்பதற்கு ஏதோ விசேஷமிருக்கணும். அது என்ன என்கிறதை நேரடியாகச் சொல்லிவிடுங்களேன். எதற்காக சுற்றி வளைத்துப் பேசவேண்டும்?'

சிவசைலம் தயங்கினார். அவர் வரும்பொழுது நினைத்தது வேறு. குமுதத்திற்கு ஆசை காட்டி, வேலை வாங்கித் தருவதாகச் சொல்லி அவளைத் தனக்கு சாதகமானவளாக மாற்றிவிட வேண்டும். தாமோதரனுக்கும் அவளுக்கும் உள்ள உறவுகளைப் பற்றிய உண்மையை அறிந்து, தாமோதரனை மிரட்டுவதற்கோ அல்லது அவமானப்படுத்துவதற்கோ அதைப் பயன்படுத்திவிடலாம். அவன் ஏதாவது கடிதங்கள் எழுதியிருந்தால் அவற்றை உபயோகிக்கலாம். அவளுக்கு உபதேசித்து, தாமோதரனை நம்பியே நான் கெட்டேன். நல்ல வேலையை விட்டுவந்து, அவனால் துரோகமிழைக்கப்பட்டு. இப்பொழுது தெருத் தெருவாக அலைந்து வியாபாரம் செய்ய வேண்டிய நிலைக்கு ஆளானேன்' என்று பிரசாரம் செய்து, லட்சியம் பேசித் திரிகிற அவன் பேரில் மாசுபடியச் செய்துவிடலாம். இவற்றுக்கெல்லாம் அவள் இணங்கி விடுவாள். பணமும் புகழும் கிடைக்கக் கூடிய சுகவாழ்வுக்கு வசதி செய்து கொடுக்க முன்வந்தால் அவள் மறுத்துவிடவா போகிறாள்? - இவ்விதம் நினைத்திருந்தார் அவர்.

ஆனால் குமுதம் தான் எதிர்பார்த்த பண்புகள் உடையவள் அல்ல என்று புரிந்து கொள்ள அவருக்கு வெகுநேரம் ஆகவில்லை. தனது எண்ணம் நிறைவேறாமல் போனாலும், வார்த்தைகளைச் சுடுசரமாக்கி அவள் மனதைப் புண்படுத்தித் தான் மகிழாலாமே என்று நினைத்துப் பேச்சை வளர்த்தார். அதையே தொடர்ந்தார்.

'தாமோதரன் உனக்கு என்ன நன்மையைச் செய்துவிடப் போகிறான்? அவனைத் தேடித் தேடிப் போகிறாயாமே. உனக்கும் அவனுக்கும் என்ன உறவு?' என்று கேட்டார் கிண்டலாக.

'அதைப் பற்றி உமக்கு என்ன கவலை? உமது வேலையைக் கவனித்துக் கொண்டு நீர் வந்த வழியே போகலாம்' என்று அவள் சொன்னதும் அவர் பிரமித்துவிட்டார். அவள் அவரிடம் காட்டிய மரியாதையில் ஒருபடி இறங்கிவிட்டது. அவர் மனதை உறுத்தியது.

'அவன் ஒரு அயோக்கியன். அவனை நம்பி நீ வீணாகக் கெடப் போகிறாய்!' என்றார் அவர்.

'உம்மைவிட அவர் யோக்கியமானவர்தான். எல்லோரும் உம்மை நம்பிக் கெடவேணும் என்பது உமது ஆசை போலிருக்கு. நான் யாரையும் நம்பி நாசமாகத் தயாராகவில்லை. நீர் சீக்கிரம் போனால் சரிதான்' என்று கத்தினாள் அவள்.

'மரியாதை இல்லாமல் பேசுறே. நீ மரியாதை இழக்கப் போகிறே ஆமா' என்று சொன்ன சிவசைலத்தின் உதடுகள் துடித்தன. உள்ளமும் துடித்தது. ஆனால் அதிகமாகப் பேச்சுக் கொடுக்காமல் கிளம்பினார். உள்ள மரியாதையையும் போக்கும்படி அவள் பேசினாள். 'நீ ரொம்ப மரியாதை தெரிஞ்சவன். வெள்ளை வேட்டியும் வல்லவாட்டுமா, ஒரு உடை உடுத்தி ஒரு நடை நடந்து வந்து விட்டான்! உன் மரியாதைதான் ஊரெல்லாம் தெரிஞ்சிருக்குதே. கார் சவாரியும், சொகுசுச் சாப்பாடும் கிடைத்துவிட்டால் போதுமா? நாய்களுக்குக் கூடத்தான் அதுமாதிரி வாழ்க்கை வந்து சேருது!'

வீடுவந்து தேடி தன்னை அவமதிக்கத் துணிந்த சிவசைலத்தின் செய்கை அவள் ஆத்திரத்தை, உள்ளக்கொதிப்பை வளர்த்தது. எரிமலையாகப் பொங்கிய அவள் உள்ளம் சுடு சொற்களை வாரி இறைத்தது. மனதில் பட்டதைச் சொல்லிவிடவேண்டும்

என்ற துடிப்பு இருந்தது அவளிடம். அந்த வெறியினால் அவள் இனி என்ன நேரும் என்றே யோசியாமல் பொரிந்து தள்ளிவிட்டாள். உணர்வு மிகுதியினால் அவள் உடலில் சிறு நடுக்கம் பரவியது

சிவசைலம் அவளை முறைத்துப் பார்த்தார். கனல் தெறிக்கும் கண்களின் பார்வை குமுதத்தின் உள்ளத்திலே பயம் எழுப்பி விடவில்லை. இவன் சீக்கிரம் தொலைய வேண்டும், இங்கிருந்து ஒழிந்தால் சரிதான் என்று பிரார்த்தித் கொண்டிருந்தது அவள் மனம். அவர் மௌனமாக வெளியேறினார். அவரது மௌனமும் அவர் போன வேகமும் 'இனி உனக்கு நாசகாலம்தான். அதனால்தான் இந்த விபரீத புத்தி ஏற்பட்டிருக்கிறது' என்று சொல்லாமல் இடித்துக் காட்டுவது போல்பட்டன.

அவர் போய் மறைந்த பிறகுதான் அவள் மனதிலே பயம் கவிந்தது. அர்த்தமற்ற கலவர உணர்வுகள் அவளது உள்ளத்தில் குடிகொண்டன. தெளிவிலா வேதனை அவளை வாட்டி வருத்தியது. கதவை அடைத்துத் தாழிட்டுவிட்டுத் தரையில் கிடந்து கண்ணீர் வடித்தாள். உள்ளக்கொதிப்பை, இதயத் துயரை, வாழ்வின் நீக்க முடியாச் சுமையையெல்லாம் அழுது அழுதே கரைத்துவிட விரும்புகிறவள் போல் அழுது கொண்டிருந்தாள் குமுதம்.

27

நரித்தனம் மிகுந்த சிவசைலம் தன் வாழ்க்கையில் ஏற்பட்ட மகத்தான தோல்விகளில் எல்லாம் மிகப் பெரியது குமுதம் தன்னை அவமானப்படுத்தியது தான் என்று நம்பினார். தாமோதரனை அடக்க முடியாமல் போனதல்லாம் இந்த நம்பிக்கையின் அஸ்திவாரங்களாக அமைந்திருந்தன அவரது எண்ணத்திலே.

'பிழைக்க வழியற்ற நாய் வாய்க்கரிசிக்கு வகையற்ற கழுதை! அதற்கு எவ்வளவு வாய்க் கொழுப்பு! அங்கேயே ரெண்டு அறை ஓங்கி அறைந்திருப்பேன். அந்த இடத்திலேயே சுருண்டு விழும்படி சூடாகக் கொடுத்திருப்பேன். சின்ன மூதேவி! அதை அடித்துக் கொல்வதனாலே நமக்கு என்ன லாபம் வந்துவிடப்போகுது என்றுதான் விட்டு வைத்தேன்' என்று புகைந்தது அவர் உள்ளம்.

அவருக்கு அமைதியேயில்லை. 'இப்படிக் கேவலமாகப் பேசிவிட்டாளே! இவளை ஊர் சிரிக்கும்படி செய்ய வேண்டாம்? இவள் இனிமேல் இந்த ஊரிலே கௌரவமாக வாழ்வதைப் பார்த்து விடுகிறேன். என்ன இருந்தாலும் குலப்புத்தி போகுமா? விபசாரத்திலே பிறந்ததுதானே! அதைச் சொல்லியிருக்கணும். அடடா. அந்த வேளையிலே ஞாபகம் வரலியே. அவளே நாக்கைப் பிடுங்கிக் கொண்டு சாகிற மாதிரிக் கேட்டிருக்கலாமே' என்று குமைந்தார். அவரது கொதிப்பு தணியவேயில்லை. ஆகவே தனது திட்டங்களை நிறைவேற்றும் தீவிரவாதியாகி விட்டார் அவர்.

தன்னுடைய ஆட்களுக்குப் பல யோசனைகள் கூறி அனுப்பினார். யார் யாரையோ பார்த்துப் பேசினார். இரண்டு மூன்று தினங்கள் அவருக்கு ஓய்வே இல்லை. குமுதத்தின் வீட்டிலிருந்து வெளியேறிய மூன்றாம் நாள் மாலையில்தான் அவர் உற்சாகம் நிறைந்த உள்ளத்தினராய் அமர்ந்திருந்தார். முதலாளி புன்னை வனத்திற்கும் உறுதி கூறிவிட்டார். அவரோ

'எல்லாம் உங்கள் இஷ்டம் பணத்தைப் பற்றிய கவலை உங்களுக்கு வேண்டாம். அதற்கு என் பக்கம் கையை நீட்டி விடுங்கள்' என்று ஆதரவளித்தார்.

தனியாகயிருந்த சிவசைலத்திற்கு ஆனந்தம் பொங்கியது இப்பொழுது தான் திட்டமிட்டது இம்முறை தோல்வியடையாது என்ற நம்பிக்கை வளர வளர, தான் தனது அறையில் தங்கியிருக்கிற வேளையிலேயே தனது தூண்டுதலுக்குள்ளான சக்தி வேகமாகத் தன் வேலையைக் காட்டிவரும் என்ற எண்ணம் அவருக்கு உவகை எழுப்பியது. உற்சாகப் பெருக்கினால் தன்னை மறந்து. தனிமை, சூழ்நிலை என்பதையெல்லாம் மறந்து குலுங்கிச் சிரித்தார் சிவசைலம்.

28

அப்பொழுதுதான் சூரியன் அஸ்தமித்திருந்தது. மேல்வானம் செவ்வொளி பெற்றுத் தனி ஓவியத்திரையாய் திகழ்ந்தது. அதையே கவனித்துக் கொண்டிருந்தான் தாமோதரன்.

'வானத்திலேகூட கணத்திற்குக் கணம் வியப்புகள் மலர்ந்து மறைகின்றன. வண்ணங்கள் பற்பல கூடிப் பிரிந்து தேய்ந்து கலவையாகிப் புது வனப்புகளுக்கு வகைசெய்கின்றன. ஆனால் மனித வாழ்க்கையிலோ அதே தேக்கநிலை. உண்பது, உறங்குவது, வம்பு பேசுவது, வீணத்தனங்கள் செய்வது - இதே கதியில்தான் செல்கிறது பெரும்பாலரது வாழ்க்கை.

இவ்விதம் எண்ணக்குமிழ் தோன்றியது அவன் மன வெளியிலே. கொதிக்கும் அவன் உள்ளத்தில் வேதனை நிறைந்திருந்தது. 'நான் அஞ்சியவிதமே நடந்துவிட்டது. குமுதம் பாவம் களங்கமில்லாத புதுமலர். அன்பு நிறைந்த புனிதை, அவள் வாழ்க்கையைப் பாழடிக்கத் திட்டமிட்டுவிட்டார்கள் பலரும்' என்று நினைத்தான் அவன்.

குமுதத்தை அவன் பிறகு சந்திக்கவேயில்லை. எப்படிச் சந்திக்க முடியும்? அவளாக அவன் முன் எதிர்ப்பட்டால் தானே உண்டு! அவள் எங்கிருக்கிறாள் என்பதுதான் அவனுக்குத் தெரியாதே. பிறரிடம் விசாரித்தறிய அவன் விரும்பவில்லை. அவளைப்பற்றி விசாரிக்கத் துணிந்தால். மற்றவர்கள் அவனைக் குறித்தோ அல்லது அவள் பேரிலோ வீணான சந்தேகங்கள் கொண்டுவிட்டால்? ஏதாவது பதில் சொல்லிவிட்டு, அவன் தலைமறைந்ததும் பழிச்சொல் வளர்த்தால்? வழக்கம்போல் அவன் மனம் அநாவசியமாகக் கேள்விகள் எறிந்து அமைதியிழந்தது.

அவள் தற்செயலாகக் கண்ணில் தென்படாமலா போவாள்; வியாபாரத்தைக் கவனிக்க வீதிவழியே எப்பொழுதாவது போகத்தானே வேண்டும் என்ற எண்ணத்துடன் அவன் வெவ்வேறு சமயங்களில் தெருக்களில் வேலையில்லாமல்

சுற்றினான். பிரயோசனமில்லை அவனுக்கே அலுப்பு ஏற்பட்டுவிட்டது. இனி அவளைப்பற்றி எண்ணுவதேயில்லை என்று தீர்மானித்தான். ஆனால் அவள் நினைவு தானாகவே தலைதூக்கும் அவன் மனதில். அவள் சிரிப்பு, அவள் பேச்சு, அவள் காட்சியளித்த அழகுத் தோற்றம் ஏதாவது அடிக்கடி அவன் நினைவில் எழும் தன்னால் அவளை மறந்துவிடமுடியாது என உணர்ந்தான் தாமோதரன்.

அவன் சிரமப்பட்டு அவளை மறந்துவிட்டாலும் கூட, மற்றவர்கள் அவ்விதம் நடக்கும்படி விட்டுவிட மாட்டார்கள் என்று தோன்றியது. நிலைமை மிஞ்சிவிட்டது என்பது அவனுக்கு நன்கு புரிந்தது.

நிலைமை விஸ்வரூபம் பெற்றுவிட்டது உண்மைதான். அதன் வேக வளர்ச்சியிலே ராக்ஷஸ உருவம்கூட அடைந்துவிட்டது. உண்மையின் சிறுதளத்தின்மீது எழுந்த செய்தி பொய் உரு ஏற்று பூதாகார வதந்தியாக வளர்ந்து ஊரெங்கும் வியாபித்தது. சிரித்தார்கள் பலரும். அவர்கள் சிரித்தவைகள் பற்பல. அவை கருவுயிர்த்த அர்த்தங்கள் தனித்தனிதான்.

தாமோதரன் வெளியே தலைகாட்டும் போதெல்லாம் விஷப் பார்வையும் விஷமச் சிரிப்பும் ஏந்தி எதிர் வந்த மனிதர்களையே கண்டான். அவன் பின்னால் எக்காளமிட்டுச் சிரிக்கும் வீணர்கள் மலிந்துவிட்டதை உணர்ந்தான். 'போறாரு பாருடா ஞானகுரு! லட்சியவாதியாமில்லே! இந்த லட்சியத்திற்காகத்தான் அவர் வாடியிருந்த கொக்காகக் காத்துக் கிடந்தார் போலிருக்கு' என்று கெண்டை பண்ணும் கயவர்கள் பெருத்து வருவதை அறிந்தான்.

துணிந்த பேர்வழிகள் சிலர் அவனை அணுகி சந்தேக விளக்கம் கேட்பது போல் பல பிரச்னைகளையும் பிரஸ்தாபித்து, பேச்சோடு பேச்சாகக் கல்யாணம், தாலி கட்டுவது, ரிஜிஸ்டர் விவாகம் பற்றியெல்லாம் கேட்டு வைப்பார்கள். அவன் தனது கருத்துக்களை அறிவிக்கும்போதே ஆமாமா பார்க்கப்போனால் தருமச்

சடங்குகள், சம்பிரதாயங்கள் எல்லாம் எதற்கு? மன ஒற்றுமைதானே வேண்டும்! நீங்களும் குமுதமும் இல்லையா?' என்று குத்தலாகச் சொல்லுதிர்ப்பார்கள். அவன் திகைப்பு நீங்கிப் பதில் கூறுவதற்குள் அவர்கள் பிரமாதமான காரியத்தைச் சாதித்து விட்டவர்கள் போல் வீரநடை நடப்பார்கள். பரஸ்பரம் பார்த்துக் கண்ணைச் சிமிட்டிக் கொண்டு விஷச் சிரிப்பு தீட்டியபடி போய்விடுவார்கள்.

இவை அவர்களாக ஊகித்ததன் விளைவுகளாக இருக்கலாம் என்றுதான் எண்ணினான் அவன். இவற்றின் பின்னால் விஷவேலை பதுங்கியுள்ளது என்பது அவனுக்கு மெதுவாகத் தான் புரிந்தது திடீரென்று அவனுக்கு ஒரு 'மொட்டைக் கடுதாசி' வந்தது. அவனையும் குமுதாவையும் பற்றிக் கேவலமாக எழுதப்பட்டிருந்தது அதில். அதைக்கண்டு புழுங்கினான் அவன்.

மறுநாள் காலையில் தெரு மூலையில் கும்பல் கூடி நின்று எதையோ சுவையாகக் கவனிப்பதைக் கண்டு தாமோதரனும் போனான். கும்பலில் கலகலப்பு ஏற்பட்டது. குத்தும் சிரிப்பும் அர்த்தம் நிறைந்த பார்வையும் நீந்தின அங்கே. 'விலகி நில்லுங்கப்பா ஐயா படிக்கட்டும். அவங்க அவசியம் படிக்க வேண்டிய விஷயமாச்சே!' என்று எவனோ கூறினான். பெருஞ்சிரிப்பு வெடித்தது அதைத் தொடர்ந்து.

தாமோதரன் பார்த்தான். தன்னையும் குமுதத்தையும் பற்றி மட்டரகமான பாஷையில் எழுதப்பட்டிருந்த ஓர் அறிக்கை அது என்று கண்டதும் அவனுக்குக் கோபமும் ஆத்திரமும் பொங்கின. சுவரில் ஒட்டப்பெற்றிருந்த தாளைக் கிழித்துத் துண்டு துண்டாக்கி வீசினான். 'வீணர்கள்' என்று முனங்கியது அவன் வாய்.

'அட, எவ்வளவு கோபம்டா!' 'உள்ளதைச் சொன்னால் உடம்பெரிச்சல்தானே!' 'காதலி குமுதத்திற்கு காதல் கடிதத்துடன் இதையும் சேர்த்துவைத்து அனுப்புவதுதானே!' இவ்விதம் பல பேச்சுகள் தெறித்தன கும்பலில்.

அவன் சீறினான்: 'உளறாதீர்கள்! எந்த மடையனோ வேண்டுமென்று செய்தது இது. எல்லாம் பொய்!'

தாமோதரனின் கத்துதலை அமுக்கிவிட்டது கும்பலின் கூச்சல். ஒவ்வொருவர் ஒன்றைச் சொல்ல, சந்தை இரைச்சல் மாதிரி எல்லாம் ஏகமாய்க் கலந்து ஒலித்ததே தவிர எதுவும் தெளிவாகக் கேட்கவில்லை ஒலி ஆரவாரத்தில் சிறிது இறக்கம் ஏற்பட்டபோது இது மட்டும் தாமோதரன் காதில் விழுந்தது. 'நீ பெரிய அரிச்சந்திர அவதாரம் மற்றவங்க சொல்றது பொய் இல்லையா? மடையன்!'

உணர்ச்சி வெறித்தனம் பெற்றுக் கூத்தாடிய அந்த இடத்திலே தனது அறிவுக்கும் பொதுவான நல்ல பண்புகளுக்கும் மதிப்பில்லை என்பது நன்கு புரிந்தது தாமோதரனுக்கு இன்னும் அங்கு நின்றால் அவர்களது வெறி உணர்ச்சி பாயும் உதைகளாகி அவனைப் பதம் பார்த்துவிடும் என்று நிச்சயமாகப்பட்டது அவனுக்கு. ஆகவே மெதுவாக நழுவினான் அவன் மற்றவர்களின் ஊளை ஒலித்தது அவன் பின்னால். அவன் திரும்பிப் பாராமல் நடந்தான்.

தாமோதரன் மனநிலை சரியாக இல்லாமல் போயிற்று. அவன் பித்துப்பிடித்தவன்போல் எங்கெங்கோ திரிந்தான். தனது அறைக்குப் போகவேண்டும் என்ற எண்ணம் எழவில்லை அவனுக்கு. ஆள் நடமாட்டம் அதிமில்லாத தெருக்களின் வழியே சுற்றித் திரிந்தான். தன்னை அறிந்தவர்கள் பார்வையில் படக்கூடாது என்ற எண்ணத்துடன் அலைந்த அவன் உள்ளத்திலே பலவித நினைவுகள் அலைமோதிக் கொண்டிருந்தன.

இது யார் வேலையாக இருக்கும்? முதன்முதலில் அதிகாலையிலே தற்கொலை செய்துகொள்ள வந்த குமுதத்தைத் தடுத்து நிறுத்தி அவளுடன் பேசிக்கொண்டிருந்த போது பதுங்கி நின்று பின் சின்னத் தனமாகச் சொல்லெறிந்த கயவர்கள் வேலையாகத் தானிருக்க வேண்டும் என்ற நினைப்பு எழுந்தது. தான் நாவலித்த போது தன்முன் வரத்

திராணியற்றுப்போன வீணர்கள் இத்தனை நாட்கள் பம்மிக் கிடந்ததேன்? அன்று எச்சரிக்கைச்சீட்டு அனுப்பி வைத்த பேர்வழிதான் இப்பொழுதும் மொட்டைக் கடிதம் எழுதியிருக்க வேணும் அவனோ அல்லது அவர்களோதான் இன்றையச் சுவர்விளம்பரத்தின் காரணஸ்தர்களாக இருக்கவேண்டும் என்று நினைத்தான் அவன்.

முன்பு முதலாளி புன்னைவனத்தின் கலாமண்டப முயற்சியைக் கண்டித்தபோதுதான் சிவப்பெழுத்து எச்சரிக்கை வந்தது; இப்பொழுது அவரைப்போன்றவர்களின் செயல்களைக் கண்டித்து எழுதிய புத்தகத்தின் பலன்தான் இவையெல்லாம் என்று நிச்சயித்தான் தாமோதரன். அன்றொருநாள் இரவிலே அவன் தெருவில் திரிந்த வேளையில் பின்னால் வந்துநின்ற காரிலிருந்து சிவசைலம் 'காதலி குமுதத்தின் நினைவோ!' என்று கிண்டல் சொல் எறிந்தது அவன் நினைவுக்கு வந்தது. முதலில் குமுதத்தைப் பற்றிக் கேலியாகக் குறிப்பிட்ட பெருமை முதலாளிக்கு நல்லபிள்ளை போல் நடந்துதான் வாழ வசதிகள் செய்து கொள்ளும் சிவசைலத்தையே சேர்கிறது. பிற விஷயங்களுக்கும் அவர்தான் பொறுப்பாளியாக இருக்க வேண்டும் என்று முடிவுகட்டினான் அவன். இப்படி மனதை எண்ணங்களில் சுழலவிட்டு, கால்போன போக்கிலே நடந்த தாமோதரன் வெயிலைப் பொருட்படுத்தவில்லை. பசியைப் பெரிதாக எண்ணவில்லை. எதையாவது வாங்கித்தின்று வயிற்றுத்தீயை அணைப்பதில் ஒருவாறு வெற்றி கண்டான் அவன். ஆனால் உள்ளக் கொதிப்பை, உருக்கும் சிந்தனைத் தீயை ஒடுக்கிவிட இயலவில்லை.

வழக்கமாக அவன் செல்லும் அமைதியான தனி இடத்தை அடைந்தான். மரங்கள் பல நின்றதால் அங்கு நிழல் படிந்திருக்கும் நாள் முழுவதும். அங்கேயே ஒரு மரத்தடியில் சோர்வுடன் படுத்து விட்டான். தனக்காக வருந்துவதைவிட தாமோதரன் குமுதத்தின் நிலையை எண்ணியே துயருற்றான். இனி என்ன செய்வது? என்னைக் கண்டும் காணாமலும்

இஷ்டம்போல் சொல் லெறிந்தவர்கள் அவளைக் காணும்போது மௌனமாகவா இருப்பார்கள்?

அவன் குமுறினான். முதலாளியும் அவரது நண்பர்களும் நினைத்தபடி திருவிளையாடல்கள் புரிந்து வாழ்கிறார்கள் அவர்களின் பணபலம் அவற்றையெல்லாம் மறைத்து விடுகிறது. ஆனால் பணமில்லாத காரணத்தினால் சரியாக வாழ முடியாதவர்கள் அவதியுறுகிற வேளையில் அவர்கள் பேரில் பிறரது பொறாமையும் வம்பும் வீண் புகைச்சலும் அநாவசியப் பழிகளாக, அமைதியைக் கெடுக்கும் குற்றச் சாட்டுகளாகப் படிகின்றன. பழிவாங்கும் முறையிலே என்ன வேண்டுமானாலும் செய்துவிட முடிகிறது. பணத்தின் துணைகொண்டு.

தாமோதரன் கண் முன்னாலேயே தகத்தகச் செவ்வானம் மங்கி மறைந்து கருமைபெற்றது. இரவு வந்துவிட்டது. படுத்தும் எழுந்து உட்கார்ந்தும் மரங்களில் பார்வையை நிறுத்தியும், வானிலே விழிகளை ஏவியும் பொழுதைக் கழித்த தாமோதரன் எழுந்து நடந்தான். இப்படிக் காலக்கொலை செய்தும் அமைதி பிறக்கவில்லை.

அவன் மனதில் அர்த்தமற்ற கலவரம் புரண்டது. அவன் முயற்சிகள் எல்லாம் தோல்வியில் முடிந்து, வாழ்க்கையே வியர்த்தமாகி விட்டதுபோன்ற ஒரு உணர்வு மெதுமெதுவாய் தலைதூக்கிக் கொண்டிருந்தது. அவன் தனது அறையின் தனிமையை அந்நேரத்திலே விரும்பவில்லை.

அறைக்குப் போகாமல் அலைந்தான். இரவை எங்கே கழிப்பது? நண்பன் ரகுராமன் வீட்டிற்குப் போகலாம் என்ற எண்ணம் தோன்றியது.

அவ்வேளையில் அணு அணுவாய்க் கொல்லும் தனிமையை விட நண்பனின் தொண தொணப்பை சகித்துக் கொள்ளவும்; அவனது போதனைகளைக் கேட்கவும் நேரிடும்; எனினும் பரவாயில்லை என்று தீர்மானித்தான். அதனால் நண்பன் வீட்டை நாடிச் சென்றான்.

எதிர்பாராத அதிதியாக வந்த தாமோதரனைக் கண்டு ஆச்சர்யமடைந்த ரகுராமன் 'நானே உன்னைத் தேடி வரணுமென்று பண்ணினேன். உன்னைப் பார்த்து ரொம்ப நாளாச்சே. அதனால்தான்' என்று வரவேற்றான்.

'அது உண்மையான காரணமாக இராது என்னைப்பற்றி ரொம்பவும் பேச்சு அடிபடுகிறதே; என்ன விஷயம் என்று பார்த்துவிட்டு வரலாமே என்று எண்ணியிருப்பாய் இல்லையா?' என்றான் தாமோதரன். நண்பன் பதில் சொல்லவில்லை

கொஞ்சநேர மௌனத்திற்குப் பிறகு ரகுராமன் சொன்னான். 'உனது புதிய புத்தகத்தைப் படித்தேன். அது வீணாகப் பல பெரிய மனிதர்களின் கோபத்தைச் சம்பாதிக்கப்போகிறது'

'எவன் பெரிய மனிதன்? பருத்த பணப்பையும் பெருத்த தொந்தியும் பூத உருவும் பெற்றுவிட்ட சிறுமதியினரை. சிறுமைச் செயலினரை, சின்னத்தனப் பண்பினரைப் பெரிய மனிதர்கள் என்று குறிப்பிடாதே என் முன்னால்!' என்று சீறினான் தாமோதரன்.

'நீ சொல்வது சரியாக இருக்கலாம் அப்பனே ஆனால் என் பேச்சு எங்கே எடுபடப் போகிறது! எலும்புத் துண்டு கிடைக்காத நாய் மாதிரிக் கூச்சல் போட்டுக் கொண்டிருக்கிறான். இவனுக்குப் பணம் கிடைக்காததனாலே ஏசுகிறான், பொறாமைப் பிண்டம் என்றுதான் சொல்வார்கள்.'

நண்பனின் கருத்தைக் கேட்டுச் சிரித்தான் தாமோதரன். 'அதுமட்டும்தானா சொல்வார்கள். இல்லாததையெல்லாம் சிருஷ்டித்து அனைவரும் நம்பும்படி ஜோடனை வேலைகள் செய்து வம்புகளைப் பரப்புவார்கள். அவர்கள் என்னதான் செய்ய மாட்டார்கள்? இல்லாததை அடிப்படையாக்கி அற்புதங்கள் செய்துவிட முடியாது. கொஞ்சமாவது உண்மை இல்லாமலா போகும் அவர்கள் பேச்சிலே!'

'அப்படியானால் குமுதத்தை நான்தான் கெடுத்தேன்; நல்ல வேலை பார்த்துக்கொண்டிருந்தவளுக்கு ஆசைகாட்டி அவளைத் தெருப் பிச்சைக்காரியாக மாற்றியது நான்தான் என்று நீயும் நம்புகிறாயாக்கும்?' சீற்றம் நிறைந்திருந்தது அவன் குரலிலே.

இல்லை. ஆனால் குமுதம் உன்னைச் சந்திக்க அடிக்கடி வீடு தேடி வந்ததும், நினைத்த நேரங்களிலெல்லாம் அங்கு தங்கியிருந்ததும் உண்மைதானோ? ஒரு யுவதி ஒரு இளைஞன் அறையிலே சதா காட்சியளித்தால், அவனுக்கு உபசாரங்கள் செய்தால். சிரித்துப் பேசி இருவரும் தங்களையே மறந்த படியிருந்தால் காண்கிறவர்கள் சந்தேகிக்காமல் சந்தோஷப்படுவார்களா அப்பனே!' என்று நண்பன் பேசியது அவன் இதய வேதனையைக் கிளறியது. அவன் பேசவில்லை.

தாமோதரா! உனது நோக்கிலே எல்லாம் உயர்ந்ததாக இருக்கலாம். ஆனால் நீயும் நானும் உனது குமுதமும் வாழ்வது நீ கனவு காண்கிற லட்சிய பூமி இல்லையே! சின்ன மனிதர்கள் நிறைந்த இடம்தானே ஆண்கள் பலர் நண்பர்களாகப் பேசி மகிழவில்லையா? பெண்களோடு பெண்கள் சகஜமாகப் பேசி நட்புக்கொள்ள வில்லையா? அப்படியானால் ஆணும் பெண்ணும் நண்பர்களாகப் பழகினால் அதில் என்ன தவறு என்று கேட்கலாம். ஆனால் எல்லோரும் தாமோதரன்கள் இல்லையே! அவர்கள் இஷ்டம்போல் பேசத்தான் செய்வர். அதைப்பரப்பவும் செய்வார்கள். ஊருடன் ஒத்துவாழத் தெரியாத நீ உன் செயல்களால் விளைகிறவற்றைக் கண்டு சீறி மற்றவர்கள் மீது குறை கூறுவானேன்?'

நண்பனின் பிரசங்கத்தைப் பொறுமையுடன் கேட்டுக் கொண்டிருந்தான் தாமோதரன். ஏதேனும் பதில் சொல்லவேண்டும் என்ற எழுச்சியே பிறக்கவில்லை அவனுக்கு. அவனது மோனநிலை ரகுராமனுக்குக்கூட ஆச்சரியமாகயிருந்தது.

இதைப்பற்றியெல்லாம் கவலைப்படாதே பிரதர். நான் சொல்வதைக் கேளு பேசாமல் நீ அந்தக் குமுதத்தைக் கல்யாணம் செய்துகொள். என்ன நான் சொல்வது?' என்றான் ரகுராமன்.

தாமோதரன் எரிந்து விழுந்தான். 'வாயை மூடுடா, ஓயாமல் தொணதொணன்னு கொசு இறைகிற மாதிரி' என்று.

ரகுராமன் அப்புறம் பேசவில்லை. தாமோதரன் தூங்குகிறவன் போல் கிடந்தான். ஆனால் அவனுக்குத் தூக்கம் வரவில்லை என்ன செய்யலாம்; இந்த ஊரிலேயே இருப்பதா; அல்லது கொஞ்சகாலம் எங்காவது சுற்றுப்பிரயாணம் போய்வரலாமா? இங்கிருந்தாலும் வெளியூர் போனாலும் குமுதத்தின் பெயர் வீணாக அடிபடத்தான் செய்யும், அதற்கு நான் என்ன செய்ய முடியும்? அவள் ஏன் என் வாழ்விலே குறுக்கிட வேண்டும்? அவளை நான் ஏன் அன்றிரவு சந்திக்க நேர்ந்தது? செத்துத் தொலைய வந்தவள் அந்தக் கிணற்றைத் தேடித்தானா வரவேண்டும்? வேறு எங்காவதுபோய் நாசமாயிருக்கக் கூடாதா? போகிறது! வந்தாள். சாகாமல் தடுத்தேன், அப்படியே தொலைந்து போயிருக்கலாமல்லவா? அவள் ஏன் சனியன் மாதிரித் திரும்ப திரும்ப வரவேண்டும்? சந்தர்ப்பங்கள் சதிசெய்துவிட்டன. சந்தர்ப்பம் என்ன செய்யும்? மனிதர்களின் முட்டாள்தனத்திற்கு சந்தர்ப்பத்தைக் குறைகூறி என்ன பிரயோசனம்? யார் எக்கேடு கெட்டால் இந்த ஊர்க்காரர்களுக்கென்ன? இந்த ரகுராமன்-போறான்! அவனும் மனிதன்தானே!'

வெறி வேகத்திலே புலம்பிய மனக்குறளி திடீரென்று சிரித்தது யார் எக்கேடு கெட்டால் இவர்களுக்கென்ன என்று சொல்கிறேன். இந்த உயர்ந்த தத்துவத்தை ஆதியிலேயே நான் அனுஷ்டித்திருந்தால் தொல்லை எதுவுமே ஏற்பட்டிராதல்லவா! ஊர், சமூகம், முதலாளிகள், அவர்தம் செல்லப்பிள்ளைகள், அபிமான ரதிகள். வீணர்கள் வெளிச்சங்கள் எல்லோரும் எக்கேடும்கெட்டுக் குட்டிச் சுவராகட்டும் என்று நான் வாளாயிருந்திருக்கலாமே!

அதைவிட்டு அதிகப் பிரசங்கித்தனம் செய்துவிட்டு இப்பொழுது புலம்புவதில் அர்த்தம் உண்டா? என்று கேட்டது மனம். அவனுக்குச் சிரிப்பு பொங்கி வந்தது.

மணி மூன்றுக்கு அதிகமாகவேயிருக்கும் என எண்ணினான் அவன் வான வெளியிலே சந்திரன் அசையாது தொங்கிக் கிடப்பது போல் காட்சியளித்தது அதன் ஒளியில் ஆழ்ந்து கிடந்த அமைதிச் சூழ்நிலை அவனை வெளியே வரும்படி இழுத்தது. 'ரகுராமா!' என்றான் அவன் அசையவில்லை. நன்கு தூங்கிக்கெண்டிருந்த நண்பனை எழுப்பி 'நான் போகிறேன்' என்றான்.

'என்ன. விடிந்துவிட்டதா?' என்று தூக்கக் கலக்கத்துடன் கேட்டான் அவன். 'விடியப்போகுது' எனச் சொல்லி எழுந்து வெளியே வந்து, இரவின் குளிர், நிலவொளி அனைத்தையும் ரசித்தபடி நடந்து தனது அறையை அடைந்தான் தாமோதரன்.

பூட்டைத் திறக்கச் சாவி எடுத்ததும், திடுக்கிட்டான். பூட்டே இல்லை அங்கு. கதவைத் தள்ளினான். திறந்து கொண்டது. வியப் புடன் உள்ளே நுழைந்த தாமோதரனின் திகைப்பு அதிகரித்தது.

29

அறைக் கதவைத் திறந்த தாமோதரன் திடுக்கிட்டு நின்றான். வெளியுலகில் பிரகாசித்த நிலவின் ஒளிவெள்ளத்தினால் அறையும் வெளிரிட்டது விளக்கின் உதவியில்லாமலே, அந்த அறை காட்சி தந்த குழப்ப நிலையை அவன் உணர முடிந்தது

புத்தகங்கள் எல்லாம் கீழே சிதறுண்டு கிடந்தன. பல தாறுமாறாகக் கிழிக்கப்பட்டு அவற்றின் தாள்கள் எங்கும் பரவி விழுந்திருந்தன. அறையின் நடுவில் சில புத்தகங்கள் ஒரே குவியலாகக் கிடந்தன.

தாமோதரன் அவசரமாக உள்ளே நுழைந்து, விளக்கேற்றினான். அறையின் மத்தியிலிருந்த குவியலில் சாம்பல் படிந்திருந்தது. பாதி எரிந்தும் எரியாமலும் கிடந்த கரித்தாள்கள் நெடுகிலும் சிதறியிருந்தன.

இந்த அக்கிரமம் செய்தவர் நிலைத்து நின்று அவ்வளவையும் எரித்து விட்டுப்போக விரும்பவில்லை போலிருக்கிறது. தீ வைத்து விட்டால் தானாகப் பற்றி எரித்துவிடும் என்று எண்ணினார்களோ என்னவோ. ஒருவேளை யாராவது வரும் காலடி ஓசை கேட்டிருக்கலாம். ஆனால் யார் இரவு நேரத்திலே இங்கு வரப் போகிறார்கள் என்று நினைத்தான் அவன்.

'நான் இங்கு இல்லாமல் போனதும் நல்லதுதான். சந்தர்ப்ப சகாயம் என்றே தோன்றுகிறது. திருடுவதற்கு இங்கு எதுவும் கிடையாது. தேடிப்பார்த்துவிட்டு, ஆத்திரத்தைத் தணித்துக் கொள்ள இப்படிப் புத்தகங்களை நாசப்படுத்தியிருப்பார்கள். அவர்கள் திருடுவதற்காக மட்டுமே வந்திருக்க மாட்டார்கள். என்னை உதைத்துக் காயப்படுத்தும் நோக்கமும் அவர்களுக்கு இருந்திருக்கும் என்று எண்ணினான்.

'இவ்விதம் யார் செய்திருப்பார்கள் என்ற கேள்வி பிறந்தது அவன் மனதில் தெரியாதா! முதலாளி புன்னைவனத்தின்

கூலியாட்கள்தான் செய்திருக்க வேண்டும். சிவசைலம் தூண்டி விட்டிருப்பார்' என்று மனமே பதிலும் சொன்னது.

நாசமாக்கப்பட்ட புத்தகங்களையே கவனித்துக் கொண்டிருந்த தாமோதரன் இதயத்தில் வேதனை சுமந்தது. எவ்வளவு காலமாகச் சேர்த்த அரிய நூல்கள்! எவ்வளவு பொருட் செலவில் சேர்த்த பொக்கிஷங்கள்! தளதளவென்று வளர்ந்து பசுமையாய்த் திகழும் விளை நிலத்திலே பன்றிகள் புகுந்து குதறியும், கடித்தும், பள்ளம் பறித்தும் அட்டூழியங்கள் செய்து குப்பைக் காடாக மாற்றி விடுவதைப்போல், ஒருசில மணிகளிலே பாழ்படுத்திப் போய் விட்டார்கள் கயவர்கள். அவர்கள் கோபமெல்லாம் களங்கமற்ற காகிதங்கள் மீதுதானா பாயவேண்டும்!

அவன் உள்ளத் துயரம் அதிகரித்தது. வாழ்க்கைத் தேவை களைப் போதுமானபடி பெறமுடியாமல் செத்த வாழ்வு வாழ்ந்து கொண்டிருக்கிற வேளையிலும், சிறுகச் சிறுகச் சேர்த்த நூல்கள் அவனுக்கு நல்ல தோழர்களாய், வாழ்க்கைக் கானலை மறக்க வைக்கும் துணைவர்களாய் விளங்கின. அவை அழிந்து பட்டதனால் அவன் வாழ்க்கையே பாழாய்ப்போனது போன்ற உணர்வைத் தந்தன. தன் வாழ்விலே வெறுமை கவிந்துவிட்டது, தனது காலம் முழுவதும் வியர்த்தமாகி விட்டது என்ற எண்ணம் வளர்ந்தது. கூடவே வளர்ந்த வேதனைச் சுமை உறுத்தவும் அவன் கண்கள் சுடுநீர் சிந்தின.

தாமோதரன் அழுதான். தரையிலே, சிதறிக் கிடந்த தாள்களினூடே, கிடந்து கண்ணீர் வடித்தான். அவன் மனத்துயரம் கரைந்து போகிறவரை அழுதான். பிறகு அவன் உள்ளத்தில் அமைதி பூத்தது.

'இதை மகத்தான நஷ்டம் என்று கருதி இதயம் சாம்பிக் குவிவானேன்? திடீரென்று நானே செத்துவிட்டால்? அன்று கடும் வியாதியில் விழுந்து கிடந்தவன் புத்துயிர் பெறமுடியாது இறந்திருந்தால்? வாழ்க்கை நிலையே

இத்தகையதுதான், இன்று புதிதாகப் பிறந்தேன் என்று சொல்வோம். இனி வாழ்விலே மறுமலர்ச்சி பெறவேண்டும்' என முனங்கியது அவன் மனம்.

'நான் சரியான பாதையில் போகவில்லை. எல்லோரும் சரியாக வாழவில்லை என்று குறை கூறிக் கொண்டிருந்தேன். எண்ணியதும், எழுதியதும், பேசியதும் போதாது. இதனால் மாத்திரமே நான் செய்ய வேண்டிய கடமைகளைச் செய்தாயிற்று என நினைத்துவிட்டேன். மக்களிடமிருந்து நான் விலகியே வாழ்ந்தேன். அவர்களிடம் எனக்கு வெறுப்பு வளர்ந்தது. மண்ணோடு மண்ணாக வாழும் மக்கள் மனிதராக வேண்டுமென்றால், சிந்திக்கத் தெரிந்தவர்கள் அவர்களை வெறுத்து ஒதுக்கிவிட்டுத் தாங்கள் ஒதுங்கி வாழ்வதிலே பயனில்லை. மனித இனத்தில் நம்பிக்கை வைக்காவிட்டால் எதிர்காலத்திலும் இருள்தான் நிறைந்திருக்கும் என்று பேசியது அவன் சிந்தனை.

ஆனால் மனிதவர்க்கம் வளர்ச்சியுறுவதற்கு இன்னும் எவ்வளவோ காலம் போகவேண்டும் என்று தோன்றுகிறது.

இப்பொழுது மனிதர்கள் வேடிக்கை பார்க்கும் குழந்தைப் பருவத்திலேயே யிருக்கிறார்கள். யார் நல்லது செய்கிறார்கள். எவர் கூறுவது நன்மை பயக்கும் என்றெல்லாம் தெரிவதில்லை அவர்களுக்கு தங்கள் உணர்ச்சியை எளிதில் கிளறிவிடக் கூடியவர்களின் பேச்சுக்கு கை தட்டத் தயங்குவதில்லை இவர்கள் அதே வேளையில் அவர்கள் செயலை ஆராயத் தயாராகயில்லை. யார் கீழே விழுந்தாலும் கைதட்டி மகிழும் சிறு பிள்ளைகள் மாதிரித்தான் தங்கள் பொழுதுபோக்கிற்கு உற்சாகமளிக்கிறவர்களை ஆதரிப்பது போல் கூடிக் கைதட்டி மகிழ்கிறவர்கள், அடுத்தகணமே அவர்களைத் தாழ்த்தி வேடிக்கை காண்பதில் ஆனந்தமடைகிறார்கள்

இப்படி வளர்ந்து சென்ற எண்ண ஓட்டத்திற்கு அவன் தடை செய்தான். 'மணி நான்கு ஆகப்போகிறது; புறப்பட

வேண்டியதுதான். இன்னும் கொஞ்ச காலத்திற்கு வேறு எங்காவது போய் வாழ்வதே நல்லது என்று முடிவு கட்டினான் தனது அவசியத்தேவைக்குப் போதுமான வேஷ்டி சட்டைகளையும் வேறு பொருள்களையும், கொஞ்சம் காகிதம். பென்சில் முதலியவற்றையும் பையில் எடுத்துக்கொண்டு புறப்பட்டான். கதவை இழுத்துப் பூட்டிவிட்டுத் திரும்பினான். திகைத்தான் அங்கே குமுதம் நின்றாள்.

"இந்த நேரத்தில் இவள் வந்து சேர்ந்தாளே" என்று வருந்தியது அவன் மனம். இவள் வந்ததும் நல்லதாயிற்று இவளிடம் சொல்லவேண்டும் என்று எண்ணியதைச் சொல்லிவிடலாம் எனக் குரல் கொடுத்தது ஒரு நினைவு.

'குமுதம்!' என்றான் அவன் தன்னையே பார்த்தபடி நிற்கும் அந்தப் பெண்ணிடம் திடீரென்று எதைச்சொல்வது. எப்படி அறிவிப்பது என்றே ஓடவில்லை அவனுக்கு அவள் கைகளில் இரண்டு பைகளைப் பிடித்திருந்ததைக் கண்டதும் 'என்ன குமுதம், அதற்குள்ளாகவா வியாபார யாத்திரை தொடங்கிவிட்டாய்? மணி நாலரை கூட ஆகவில்லையே. பக்கத்து ஊருக்குப் போகிறாயா?' என்று கேட்டான்.

'ஊம் வாழ்க்கைச் சந்தையிலே இந்த முகாம் மாற்றிவேறு இடத்தில் கூடாரமடிக்க வசதி கிடைக்குமா என்று பார்க்கப் போகிறேன்' என்றாள் குமுதம். 'நீங்கள்கூட எங்கோ கிளம்பி விட்டதாகத் தான் தெரிகிறது. கொஞ்ச நேரம் பிந்தி வந்திருந்தால் உங்களைச் சந்தித்திருக்கவே முடியாது போலிருக்கு!' என்றாள்.

நேற்று உன்னைக் காண வேண்டும் என்று விரும்பினேன் விலாசம் தெரியாது இது திடீரென்று செய்த முடிவு. ஒரு மணி நேரம்கூட இராது நான் இப்படித் தீர்மானித்து. இந்த ஊரில் நடைபெறுபவை உனக்குத் தெரியாமலிராது. ராத்திரி என்னை உதைக்கவோ, ஏனோ, இங்கு வந்தவர்கள் எனது புத்தகங்களைப் பாழ்படுத்தி விட்டுப் போய்விட்டார்கள்.

நான் ரகுராமன் அறையில் தங்கியிருந்தது நல்லதாயிற்று' என்றான்.

குமுதம் அவசரப்படுத்தினாள். 'அப்படியானால் மறுபடியும் அவர்கள் தேடி வந்தாலும் வரலாம்; நாம் இங்கு நிற்பதே தவறு வாருங்கள் உங்களிடம் சில முக்கிய விஷயங்கள் சொல்லவேண்டும். பேசிக்கொண்டே போகலாம்' என்று நகர்ந்தாள். அவனும் தொடர்ந்தான்.

சிவசைலம் வந்து சந்தித்த விவரத்தைக் குமுதம் சொன்னாள் 'சிவசைலம்தான் இதற்கெல்லாம் காரணம். அவர் திட்டமிட்டு நடத்திவைத்தவை தான் இவைகள் முதலாளி புன்னைவனம் அவருக்கு உதவி செய்திருப்பார்' என்றாள்.

'நானும் அப்படித்தான் நினைத்தேன்' என்று சொன்னான் தாமோதரன். அதிகாலையில் புஷ்பித்துப் புது வனப்புடனும் மணத்துடனும் திகழும் மலர்போன்ற குமுதத்தின் பெயரில் தன்னால் மாசுபடிந்துவிட்டதே என்ற வருத்தம் அவன் உள்ளத்தில் குடியிருந்தது. அதே நினைவால் அவன் மௌனமாக நடந்தான். அவளும் பேசாமல் நடந்தாள்.

திடீரென்று 'குமுதம்!' என்று அழைத்தான் அவன் 'ஊங்?' என்று அவள் அவன் முகத்தைப் பார்த்தாள்.

'குமுதம், என்னை மன்னித்துவிடு. களங்கமற்ற உனது பெயர் என்னால் கெட்டுவிட்டது. நாம் குற்றமற்றவர்கள் என்று எவ்வளவு எடுத்துச் சொன்னாலும் யாரும் நம்பப் போவதில்லை' என்றான்.

குமுதம் ஒன்றும் சொல்லவில்லை. அவள் உள்ளத்தில் உணர்ச்சிகள் போராடிக் கொண்டிருந்தன. "இப்பொழுது நாம் இரண்டு பேரும் சேர்ந்து போவது போலவே, வாழ்க்கைப் பாதையிலும் துணைவர்களாகக் கைகோத்துச் செல்வோமே!' என்று அவன் சொல்ல மாட்டானா என்ற ஆசை தலைதூக்கியது அவள் உள்ளத்தில்.

அவள் ஆசைப்பட்டது போல நடந்துவிட்டால் எதிர்காலம் இன்பம் நிறைந்ததாகத்தானிருக்கும் என்று நினைத்தாள் குமுதம். ஆனால் இந்தப் பிரச்னை பற்றிப் பேசாமல். வழக்கம்போல் அனுதாபம் அறிவித்துவிட்டு அவன் வேறுதிசை நோக்கி ரயிலேறி விட்டால்? இதை எண்ணவும் குமுதத்தின் உள்ளம் துடித்தது. பெயர் கெட்டதுடன் வாழ்க்கையும் பாழாகிவிடும் என்று கருதினாள் அவள்.

'என்னைப்பற்றி,நான் தனியாகச் சென்றால் இனியும் எனக்கு ஏற்படக் கூடிய தொல்லைகளைப் பற்றி இவர் எண்ணாமலா இருப்பார்? அல்லது அவர் கவலையே அவருக்குப் பெரிதாகி விட்டதோ என்னவோ!' என்றும் நினைத்தாள் அவள்.

தாமோதரன் முதலாளியின் செயல்களை பணம் படைத்தவர்களின் அக்கிரமங்களை, பண பலத்தினால் அவர்கள் எதையும் சாதிக்க முடிவதுடன் தங்களைப் பாதிக்கும் விஷயங்களுக்குத் திரைப் போட்டு மூடிவிட இயல்வதைப் பற்றி எண்ணினாள். என்னதான் யோக்கியமாக வாழ்ந்தாலும், உண்மை நியாயம் நேர்மை லட்சியம் முதலியவைகளுக்காக வாழ்க்கையையே வேதனை நிறைந்த போராட்டமாக மாற்றிக்கொண்டாலும்கூட, சந்தர்ப்பங்களும்.

வசதிகள் பெற்ற ஒரு சிலரும் செய்கிற சதிகளினாலே பழி ஏற்க நேருவதை எண்ணிப் புழுங்கினாள்.

'புன்னைவனம் பகட்டுடன் வாழ்கிறார். என்னைப் போன்றவர்கள். அவர்கள் வாழ்வது ஒரு வாழ்வா என்று சொல்லிவிடலாம். ஆனால் அவர் சுக சௌக்கியங்களை அனுபவிக்க முடிகிறது. பணத்திலே மயங்கும் பட்டுப் பூச்சிகளைக் கவர்ந்திழுப்பது சாத்தியமாகிறது. அவர் தயவைப் பெற்றுவிட்ட நடிகைகள் பிறரது வியப்புக்கும் பொறாமைக்கும் உரிய பிம்பங்களாகத் திகழ்கிறார்கள். சிவசைலம் சரியான புளியங்கொம்பைப் பிடித்துவிட்டார். அவருக்குக் கவலையில்லை வாழவேண்டும் என்பதுதான்

அவரது லட்சியம் எப்படி என்கிற பிரச்னையைப் பற்றி அவர் சிந்திப்பதே கிடையாது ஆனால் நானும் குமுதமும்.

தாமோதரனின் எண்ண ஓட்டம் தடைப்பட்டது. இன்னும் விடியவில்லை தெளிந்த நீர்ச்சுனையின் அடித்தளத்திலே கிடந்து மினுக்கும் சிப்பிகள். கற்கள் போல் வான ஆழத்தில் பதிந்திருந்த ஒன்றிரு வெள்ளிகள் தோன்றின. பளிச்செனப் பிரகாசித்த நிலவு விடிய இன்னும் வெகுநேரம் இருக்கும் போலும்' என்ற மயக்கத்தை சிருஷ்டித்துக் கொண்டிருந்தது. அவர்கள் இருவரும் நடந்து கொண்டிருந்தார்கள்.

'இப்பொழுதுகூட இவள் பெயர் வீணாக அடிபடும் நாங்கள் இருவரும் கூடிப்பேசி ஓடிவிட்டோம் என்ற பழிச்சொல்தான் ஊரெங்கும் பரவும்' என்ற நினைப்பு எழுந்தது அவன் உள்ளத்தில். அதைத் தடுக்கவேண்டும். அதற்கு ஒரே ஒரு வழிதான் உண்டு' என்றது அவன் இதயஒலி.

'குமுதம்!' என்றான் தாமோதரன்.

குனிந்த தலையுடன் நடந்த குமுதம் நிமிர்ந்து அவன் முகத்தைப் பார்த்தாள். நிலவு அவள் கண்களில் நீர் தேங்கி நிற்பதைக் காட்டியது.

அவன் உள்ளத்தில் வேதனை தெறித்தது 'குமுதம் ஏன் அழுகிறாய்?' என்று பதட்டமாய் கேட்டான் அவன்.

'அழுவதைத் தவிர நான் வேறு என்ன செய்யமுடியும்? அன்றே நான் கிணற்றில் விழுந்து செத்திருக்கக்கூடாதா என்று நினைத்தேன். வீணாக என்னால் எல்லாருக்கும் கஷ்டம்தான். என்னால்தானே நீங்கள் இந்த ஊரைவிட்டுப் போக நேர்ந்திருக்கிறது?' என்றாள் அவள் வேதனை கலந்த குரலில்.

அதெல்லாமில்லை. என் வாழ்வில் ஆபத்து எப்பொழுதும் எப்படியும் எதிர்படத்தான் செய்யும் என்பது எனக்குத் தெரியும் உன்னைப் பற்றிய கவலைதான் எனக்கு

அதிகமிருக்கிறது நீ எங்கே போகலாம் என்று கிளம்பினாய், குமுதம்?

'எங்குமில்லை!' என்றாள் அவள்.

'பின் பிரயாண முஸ்தீபுகளுடன் புறப்பட்டிருக்கிறாயே?'

'இந்த ஊரில் இனி இருக்க முடியாது என்று தோன்றியது. எங்காவது? என்னை, எனது பிறப்பை, என் பெற்றோர்களைப் பற்றி எதுவுமே தெரியாதவர்கள் வாழும் இடத்திற்குப் போக வேண்டும் என்று நினைத்தேன். கிளம்பினேன். போகும் பொழுது உங்களை ஒருமுறை பார்க்கவேண்டுமென்று...'

அவள் முடிக்கவில்லை. கண்களில் அதிகமாக நீர் கட்டியது. பொங்கும் வேதனையை அமுக்கிவிட விரும்புகிறவள் போல் அவள் உதடுகளைக் கடித்தபடி நின்றாள். அவள் முகத்தை கவனித்து நின்ற தாமோதரன் சொன்னான்: 'குமுதம், எனக்கு ஒன்று தோன்றுகிறது. நாம் இந்த ஊரைவிட்டே போக வேண்டியதில்லை. திடீரென்று நாம் இரண்டு பேரும் காணாமற் போய்விட்டால், இவ்வூர்க்காரர்கள் நம்மைப் பற்றிக் கேவலமாகவே பேசுவார்கள். நாம் நினைக்கக்கூட நினையாத பழியை நம்மீது சுமத்துவர். சிவசைலம் வெற்றிச் சிரிப்பு சிரிப்பார். அது கூடாது. அவர்களைத் துச்சமாக மதித்து நாம் - சமூக வெள்ளத்திலே எதிராறு நீந்தத் துணிந்தவர்கள் - இப்போது மட்டும் தோல்வியடைந்தாக நினைப்பானேன்? குமுதம், உனக்கு ஆட்சேபனையில்லையெனில், நீ மனமாற என்னை விரும்பினால், நான் உன்னை என் வாழ்க்கைத் துணைவியாக ஏற்றுக் கொள்கிறேன். இந்த ஊரிலேயே நமது திருமணத்தைச் சிறப்பாக நடத்தலாம். வம்பு பேசியவர்கள் வாயடைத்துப் போகும்படி செய்வதுடன், பிறர் அபிப்பிராயங்களையோ எதிர்ப்புகளையோ கண்டு நாம் அஞ்சிவிடவில்லை என்று நிரூபிக்கலாம். என்ன சொல்கிறாய் குமுதம்?

அவன் சொற்களின் ஜீவனாக ஒலித்த உணர்ச்சி, அவள் உள்ளத்தைத் தொட்டது. முகத்திலே பெருமகிழ்வு பிரகாசிக்க,

நீர் முத்துக்கள் ஓரத்திலே ஜொலிக்கும் விழிகளில் தனி ஒளி திகழ, ஆசை நிறைந்த பார்வையைப் பரிசளித்தாள் குமுதம். அந்த அழகை எவ்வளவுநேரம் வேண்டுமானாலும் விழிகளால் விழுங்கலாம் என்று தோன்றியது அவனுக்கு. அவள்தான் எச்சரிக்க வேண்டியிருந்தது.

'உம். பின்னே திரும்பிவிடலாமே. இங்கேயே நின்று கொண்டிருந்தால்?'

'ஆமாம். விடிவதற்குமுன் வீடு சேர்ந்துவிடலாம்' என்று வந்த வழியே திரும்பினான் அவன் குமுதமும் அவனுடன் நடந்தாள்.

30

அப்பொழுதுதான் விடிந்துகொண்டிருந்தது. கீழ்வானம் செக்கச் சிவந்திருந்தது, உதயசூரியனின் பவனியை முன்னதாகவே அறிவிக்கும் விசாலக்கொடிபோல.

தாமோதரனும் குமுதமும் ரயில்நிலையம் நோக்கிச் சாலையிலே நடந்து கொண்டிருந்தார்கள் அப்பொழுதும். ஆனால் இது ஒரு வாரத்திற்குப் பிறகு. அவர்கள் இருவரும் வெற்றிகரமாகத் திருமணம் செய்து கொண்ட சில தினங்களுக்குப் பிறகு.

இவ்விருவர் செயலும் முதலில் எல்லோருக்கும் எதிர்பாரா ஆச்சரியமாக இருந்தது. இஷ்டம் போல் பேசுவதற்கு உரிய விஷயமாயிற்று. பிறகு அனைவரது போற்றுதலையும் பெறும் காரியமாக விளங்கியது.

சிவசைலம் இதை எதிர்பார்க்கவே யில்லை. எதனாலோ அவர்கள் பாதையில் அப்புறம் அவர் சனியன் போல் தலை யிடவுமில்லை. அவர்கள் பண்பு தனக்குத் தோல்வியளிக்கும் வஜ்ரசக்தி என்று எண்ணினாரோ; அல்லது இதுவரை செய்ததே போதிய பாடம் கற்பித்திருக்கும் என்று கருதிவிட்டாரோ தெரியவில்லை

'தாமோதரன் செய்து முடித்த ஒரே ஒரு புத்திசாலித்தனமான காரியம் இதுதான்' என்று உற்சாகமாகத் திருமண வாழ்த்துக் கூறினான் ரகுராமன்.

'கொஞ்சகாலம் உல்லாசமாக ஊர்சுற்றிவிட்டு, பிறகு வந்து இங்கேயே தங்கி நமது திட்டங்களைச் செயலாற்றலாம்' என்று முடிவு செய்தான் தாமோதரன் அவன் செய்யும் தீர்மானங்களை அவள் எதிர்ப்பாள். என்று எதிர்பார்க்க முடியாதுதான்!

'இனிய வேளையில் குதூகலமாய் நடந்து கொண்டிருந்தார்கள் இருவரும். உங்களுக்கு ஞாபகம் இருக்கிறதா?' என்று கேட்டாள் குமுதம்.

'எது?' என்று அவள் முகம் நோக்கினான் அவன்.

'உங்களுக்கு நான் முதலில் எழுதிய கடிதத்தில் குறிப் பிட்டிருந்தேனே. என்னைக் சாகவிடாமல் தடுத்ததற்காக நான் நன்றி தெரிவிப்பதா. வருத்தம் அறிவிப்பதா என்றே எனக்குப் புரியவில்லை. நான் வாழவேண்டியிருக்கிற காலம் முழுவதும் சமய சந்தர்ப்பங்களுக்கேற்ப இரண்டில் ஒன்றை நான் உங்களுக்கு அர்ச்சித்துக் கொண்டேயிருப்பேன்.

அவன் சிரித்தான். 'அதற்கு அதிக உரிமையும் வசதியும் தேடிக் கொண்டாய் இல்லையா?'

இளஞாயிறின் செவ்வொளி எங்கும் தகதகத்தது. காலையொளி அவள் முகத்தை அழகு ரோஜாவாக மாற்றியது. "எனக்கு வாழவளித்த உங்களை நான் ஏன் ஏசப்போகிறேன்! என்னை நீங்கள் ஒரு சுமையாகக் கருதாமலிருந்தால்"

'நீ சுமை அல்ல. குமுதம். என் வாழ்வின் துணை' என்றான் அவன். தாமோதரனின் பார்வை உதய சூரியன் ஜொலிக்கும் கீழச் செவ்வானத்திலே படிந்தது. 'குமுதம், நமது வாழ்விலே புது உதயம் பிறந்திருக்கிறது. மக்களின் வாழ்விலே புதுயுகம் பூக்கவேண்டும். இருள் என்றும் நிலைத்திராது. ஒளி பிறக்கத்தான் செய்யும்!' என்றான் அவன் புன்னகையைத்தான் பதிலாகத் தீட்டினாள் குமுதம்.

முற்றிற்று.

★★★

www.ingramcontent.com/pod-product-compliance
Lightning Source LLC
LaVergne TN
LVHW010050061026
849532LV00003BA/1019
* 9 7 8 8 1 9 9 8 2 5 8 2 6 *